## നീത സുഭാഷ്

തൃശ്ശൂർ ജില്ലയിലെ വാക ദേശത്ത് എം.എൻ കരുണാകരന്റേയും വിലാസിനിയുടേയും മകളായി ജനിച്ചു. വാക മാലതി യു.പി സ്കൂൾ, എൽ.ഐ.ജി.എച്ച്.എസ്, ചൂണ്ടൽ, കാലിക്കറ്റ് യൂണിവേഴ്സിറ്റി എന്നിവിടങ്ങളിൽ വിദ്യാഭ്യാസം. 21 വർഷമായി ദുബായിൽ സ്ഥിര താമസം. കുംഭാരകോളനി, അമൃതപുരിയിലെ അരയന്നം, സാലഭഞ്ജിക (നോവൽ), വേഴാമ്പൽ പക്ഷിക്ക് ഒരിടം (നോവൽ), ചാവുബലി (ക്രൈംനോവൽ), പ്രണയപ്പെയ്ത്ത് (നോവൽ), നിന്നെ തിരയുകയായിരുന്നു (കവിത) എന്നിവയാണ് കൃതികൾ.

ഭർത്താവ് : സുഭാഷ് ആലിക്കൽ
മക്കൾ : അക്ഷയ്, അതുൽ
വിലാസം : ആലിക്കൽ ഹൗസ്, നന്ദനം 12-സി
ഇന്ദിരാ നഗർ സെക്കന്റ് അവന്യൂ, കുന്നംകുളം
ഫോൺ : 8129627288, 971559469765

Malayalam Language
Vishudha Hutha
(Novel)
by
Neetha Subhash

♦

Published in April 2023
by Kairali Books Private Limited
Thalikkavu Road, Kannur.
Ph : 0497-2761200
E-Mail : kairalibooksknr@gmail.com

♦

Cover Design
Rajesh Chalode

♦

Printed at
Printing Park, Tly.



8/23-24/Sl.No.1434/500/NS 18.6
ISBN 978-93-93397-68-3

# വിശുദ്ധ ഹുത

നീത സുഭാഷ്

കൈരളി ബുക്സ്

## പ്രസാധകക്കുറിപ്പ്

മലയാളിയ്ക്ക് ഇന്നേവരെ പരിചിതമല്ലാത്ത ജീവിതമാണ് വിശുദ്ധ ഹുതയിലൂടെ നീതസുഭാഷ് ആവിഷ്ക്കരിക്കുന്നത്. ഗൾഫ് പ്രവാസം മലയാള സാഹിത്യത്തിലേക്ക് അപൂർവ്വമായ പ്രമേയങ്ങളും ദേശങ്ങളും കൊണ്ടുവന്നിട്ടുണ്ട്. ഈ കൃതി ശ്രദ്ധേയമാകുന്നതും ഇത്തരമൊരു ഭൂമികയിലാണ്. പ്രണയത്താൽ ആഹുതി ചെയ്യപ്പെട്ട ഹുത മുഹമ്മദിന്റെ ഉൾത്താപങ്ങൾ വായനക്കാരെ പൊള്ളിക്കും. ഒരു കഥാപാത്രം കേവലതകളെ മറികടന്ന് വിശുദ്ധജന്മം തന്നെയായി മാറുകയാണ്. ഗൾഫ് പ്രവാസത്തിലെ മുസ്ലിം സാമൂഹിക ജീവിതത്തിന്റെ എത്രയോ മനോഹരമായ അടരുകൾ ഈ പുസ്തകത്തിലുണ്ട്. കുംഭാരകോളനി എന്ന നോവലിലൂടെ ശ്രദ്ധേയയായ എഴുത്തുകാരിയുടെ മറ്റൊരു ഉജ്ജ്വല രചന. സാഭിമാനം വായനക്കാർക്കായി സമർപ്പിക്കുന്നു.

സ്നേഹപൂർവ്വം

**ഒ. അശോക് കുമാർ**
മാനേജിംഗ് ഡയരക്ടർ

# ആമുഖം

ചിന്തകൾ ധാരയായ് ഒഴുകിയൊഴുകി ഹൃദയമൊരു സാഗരമായ് മാറുന്ന ചില സമയങ്ങളുണ്ട്.അഗാധമായ ചിന്തകളോട് സംവദിച്ചു വീർപ്പുമുട്ടുമ്പോൾ കണികകളായ് പുറത്തേക്കൊഴുകുവാനാകാതെ, ഉള്ളിൽ തളം കെട്ടി നിൽക്കുന്ന ഉപ്പു രസങ്ങൾ, ഹൃദയമൊരു സാഗരമായ് പരിവർത്തനം ചെയ്യപ്പെടുന്ന സമയം.

ഓരോരോ ജീവനുകൾ ആ സാഗരത്തിലൂടെ ഒഴുകി നടക്കുന്നതായും, മുങ്ങി താഴുന്നതായും, മൂന്നാംപക്കം ഉയർത്തെഴുന്നേൽക്കുന്നതായും എനിക്ക് തോന്നലുളവാകാറുണ്ട്. ഏഴു സാഗരങ്ങളും കടന്ന് ആ ജീവനുകൾ കാണാമറയത്ത് അകലും മുൻപേ, ചിന്തകളാകുന്ന ജീവനുകളെ എന്റെ ആത്മാവുമായി ഞാൻ ചേർത്തു വെയ്ക്കുന്നു. പിന്നീട് അവ ഓരോ കഥാപാത്രങ്ങളായ് പിറവിയെടുക്കുന്നു.

എന്റെ 'വിശുദ്ധ ഹുത' യിൽ ജീവന്റെ തുടിപ്പുകൾ ത്രസിക്കുന്ന കഥാപാത്രങ്ങളെക്കുറിച്ചു പറയുവാൻ ഞാൻ ശ്രമിച്ചിട്ടുണ്ട്.

സൃഷ്ടിയുടെ വിഴുപ്പുകളായ് മാറുന്ന ചില ജന്മങ്ങൾ. വികാരവും വിചാരവും എതിർദിശയിലേക്ക് സഞ്ചരിച്ചപ്പോൾ വികൃതമാക്കപ്പെട്ട ജീവിതങ്ങൾ.

'വിശുദ്ധ ഹുത' അവൾ പ്രണയത്താൽ ആഹൂതി ചെയ്യപ്പെട്ടവളാകുന്നു, ആത്മാവിനാൽ വിശുദ്ധീകരിക്കപ്പെട്ടവളാകുന്നു.

തികഞ്ഞ വിശുദ്ധിയോടെ, പ്രാർത്ഥനയോടെ, 'വിശുദ്ധ ഹുത' എന്ന നോവൽ പ്രിയമുള്ള വായനക്കാരിലേക്ക് ഞാൻ സമർപ്പിക്കുകയാണ് ഹൃദയപൂർവ്വം സ്വീകരിക്കുമെന്ന ഉറച്ച വിശ്വാസത്തോടെ...

വിശുദ്ധ ഹുതക്ക്, മുഖചിത്രമൊരുക്കിയ രാജേഷ് ചാലോടിന് സ്നേഹത്തോടെ നന്ദി പറയുന്നു.

ഈ നോവൽ വായനക്കാരിലേക്ക് എത്തിക്കുന്ന കൈരളി ബുക്സിനും അശോകേട്ടനും നിറഞ്ഞ സ്നേഹം എന്നും എപ്പോഴും...

**നീത സുഭാഷ്**

# വിശുദ്ധ ഹുത

അവൾ എന്നിലേയ്ക്ക് എങ്ങനെയാണ് എത്തിച്ചേർന്നത്. ഓരോ കൂടിച്ചേരലുകളിലും ഓരോ കഥയുണ്ടാകാം. എമിഗ്രേഷൻ നടപടിക്രമങ്ങൾ പൂർത്തിയാക്കിയതിനുശേഷം ഞാൻ ഫ്ളൈറ്റിനകത്തേയ്ക്കു കയറി. അവസാനത്തെ പാസഞ്ചറായിരുന്നു ഞാൻ. അതുകൊണ്ടു തന്നെ എമിഗ്രേഷൻ കഴിഞ്ഞയുടനെ ഫ്ളൈറ്റിനകത്തേയ്ക്കു കയറുവാൻ സാധിച്ചു. മനോഹരമായി ചിരിതൂകി നില്ക്കുന്ന എയർ ഹോസ്റ്റസ് എന്റെ ബോർഡിങ്ങ് പാസിനായി കൈ കാണിച്ചു. അതു നോക്കി അവർ ചൂണ്ടിക്കാട്ടിയ സീറ്റിലേയ്ക്ക് ബോർഡിങ്ങ് പാസ്സും തിരിച്ചു വാങ്ങി നടന്നു ചെന്നു. മധ്യഭാഗത്തായിരുന്നു എന്റെ സീറ്റ്. ആ സീറ്റിൽ സ്ഥാനം ഉറപ്പിച്ചു.

അതിനുശേഷം ദീർഘ നിശ്വാസമുതിർത്തു. ഓട്ടം തന്നെയായിരുന്നു ഒരാഴ്ച്ചത്തെ അവധിക്കായ് നാട്ടിൽ എത്തിയാൽ പിന്നെ ഓരോ കാര്യങ്ങളും ചെയ്തു തീർത്ത് തിരിച്ചു പോകുവാനുള്ള ദ്രുതഗതിയിലുള്ള ഓട്ടം തന്നെ. കൃത്യസമയത്തു എയർപോർട്ടിലേയ്ക്ക് എത്തുന്നതിനായി വീട്ടിൽ നിന്നു ഒരു മണിക്കൂർ നേരത്തെ ഇറങ്ങി. എന്നിട്ടും ട്രാഫിക്ക് ചതിച്ചു. പോരാത്തതിന് മഴയും. ഫ്ളൈറ്റ് മിസ്സാവാതിരുന്നത് ഭാഗ്യം. ഞാൻ സീറ്റിന്റെ രണ്ടു സൈഡിലേയ്ക്കും നോക്കി. വിൻഡോ സൈഡിൽ പർദ്ദയണിഞ്ഞു ഹിജാബിനാൽ മുഖം മറച്ചൊരു സ്ത്രീയായിരുന്നു. മറ്റൊരു സൈഡിൽ പുരുഷനായിരുന്നു.

പർദ്ദയണിഞ്ഞ സ്ത്രീ വിന്റോയിലൂടെ പുറത്തേയ്ക്ക് നോക്കിയിരിക്കുകയായിരുന്നു. ഞാൻ അവർക്ക് തൊട്ടടുത്ത സീറ്റിൽ ചെന്നിരുന്നത് അവർ അറിഞ്ഞതായി തോന്നിയിരുന്നില്ല. ഫ്ളൈറ്റിനുള്ളിലെ സുരക്ഷാമാർഗ്ഗങ്ങൾ സ്ക്രീനിൽ തെളിഞ്ഞു. സീറ്റ് ബെൽറ്റ് ധരിക്കുവാനുള്ള നിർദ്ദേശം ലഭിച്ചിട്ടും അവർ പുറത്തേയ്ക്കു തന്നെ നോക്കിയിരിക്കുകയായിരുന്നു. ഫ്ളൈറ്റ് ടേക്ക് ഓഫ് ചെയ്യുന്നതിനുള്ള സന്ദേശം പൈലറ്റിൽ നിന്നും ലഭിച്ചു. ആ സമയത്ത് അവർ പുറത്തേയ്ക്കുള്ള നോട്ടം പിൻവലിച്ചു സീറ്റ് ബൽറ്റ് ധരിച്ചു. ഞാൻ അവരെ തന്നെ ശ്രദ്ധിക്കുകയായിരുന്നു.

നീട്ടിയെഴുതിയ കണ്ണുകൾ മസ്കാരയാൽ മനോഹരമാക്കിയ കൺ

പീലികൾ അതുമാത്രമേ പുറത്തേയ്ക്കു കാണുവാനായുള്ളൂ. ഞാൻ ശ്രദ്ധിക്കുന്നതു കണ്ടു ചിരിച്ചഭാവം കൺകളിൽ വരുത്തി അവർ എന്നെ നോക്കി. ഫ്ളൈറ്റ് ടേക്ക് ഓഫ് ചെയ്തതിനുശേഷം ഞാൻ അവരുമായി സംസാരിക്കാൻ ശ്രമിച്ചു. ഇവർക്ക് ഏതു ഭാഷയിൽ സംസാരിക്കുവാനാകും. ഇംഗ്ലീഷിൽ തുടങ്ങാം. വിമുഖതയോടെയിരിക്കുന്ന അവരോട് ചോദിച്ചു. വാട്സ് യുവർ നെയിം ?. എന്റെ ചോദ്യം കേട്ട് അവർ എന്നെ നോക്കി. അതിനുശേഷം മറുപടി നല്കി.

'ഹുതാ, ഹുതാ മുഹമ്മദ്.'

'ആർ യു അറബിക് പേഴ്സൺ?'

'നോ, അയം നോട്ട് അറബിക്, അയാം ഏൻ ഇന്ത്യൻ- കേരളിറ്റ്സ്.'

'ഓഹോ , മലയാളിയാണ്. ജോലി ചെയ്യുന്നുണ്ടോ?' എന്റെ ആ ചോദ്യം കേട്ട്  അവർ എന്നെ നോക്കി. അവരുടെ ഭാവം എനിക്കു മനസ്സിലാക്കാൻ സാധിച്ചില്ലായിരുന്നു. അല്പ നിമിഷത്തിനുശേഷം അവർ അതിനുത്തരം നല്കി.

'ജോലിയുണ്ട്. ഹോം മേക്കറാണ്.'

ഹോം മേക്കർ-വീട്ടമ്മയാണ്. ഒന്നു സ്റ്റൈലാക്കി പറഞ്ഞതാണ്.

ഞാൻ ആലോചിച്ചു. എന്റെ ചിന്ത മനസ്സിലാക്കിയതുപോലെ അവർ പറഞ്ഞു. മാസവേതനം വാങ്ങിക്കുന്ന ഹോം മേക്കർ. അവരുടെ വാക്കുകളിൽ നിന്നും അർത്ഥം പൂർണ്ണമായും എനിക്കു വ്യക്തമായിരുന്നോ? ഇല്ലായിരുന്നു. അലസമായ അവളുടെ കണ്ണുകളിലേയ്ക്ക് ഞാൻ നോക്കി അവൾ എന്റേയും. അവളെ ഞാൻ എന്നിലേയ്ക്ക് ആവാഹിക്കുകയായിരുന്നു.  ആ നെഞ്ചിലെ നെരുപ്പാട്  ഞാനറിയുകയായിരുന്നു.

ഹുതാ മുഹമ്മദ്,

അവൾ ആഹൂതി ചെയ്യപ്പെട്ടവളാകുന്നു. ഹുതാ അനുബോധനത്തിലേയ്ക്കു മുങ്ങാങ്കുഴിയിട്ടു. പറയുന്ന ഓരോ വാക്കുകളിലൂടേയും ഞാൻ അവളിലേയ്ക്ക് ഉൾക്കാഴ്ച്ചയിലൂടെ ആഴ്ന്നിറങ്ങി, കണ്ണുകളടച്ചു. അവൾ പരമകാരുണികനായ അല്ലാഹുവിനോട് പ്രാർത്ഥന ചെയ്തു.

അല്ലാഹുവേ, ഞാൻ എന്നെ അങ്ങേയ്ക്ക് സമർപ്പിക്കുന്നു. എന്റെ സ്വപ്നങ്ങളെ, നഷ്ടങ്ങളെ, ഇഷ്ടങ്ങളെ, വേദനകളെ എന്നെ മുഴുവനായും അങ്ങേയ്ക്ക് സമർപ്പിക്കുന്നു. ചില ചോദ്യങ്ങൾ ഞാൻ ചോദിച്ചും അതിനുള്ള ഉത്തരങ്ങൾ അവർ നല്കിയും ആ യാത്ര തുടരുകയായിരുന്നു.

ഓർമ്മകൾ അനുഭൂതിയാണ്. അതു സന്തോഷത്തിന്റെ മാത്രമായി

രിക്കുകയില്ല. നഷ്ടപ്പെടലുകൾ മാത്രമായി കടന്നുപോകുന്ന ബാല്യകൗമാരങ്ങളുടേതാകാം. യൗവ്വനത്തിന്റെ തേങ്ങലുകളുടെ നേർത്ത ശബ്ദമാകാം. ഇനിയും ദൂരമേറേക്കാലം വിരസതയുടെ വീർപ്പുമുട്ടലുളവാക്കുമോയെന്ന നീണ്ട ചോദ്യചിഹ്നങ്ങളാകാം. ഏതു ഘട്ടങ്ങളിലൂടെ കടന്നുപോകുമ്പോഴും സ്നേഹിക്കപ്പെടുവാനുള്ള ആഗ്രഹം നാമ്പെടുക്കുന്നുണ്ടായിരിക്കാം. ലഭിക്കപ്പെടാത്തതിനോടുള്ള അത്യാഗ്രഹത്തിന്റെ, സഹനത്തിന്റെ അനുഭൂതികൾ അവളിൽ നിറഞ്ഞു നില്പുണ്ടായിരുന്നുവെന്ന് എനിക്കു തോന്നിയിരുന്നു. മ്ലാനതയോടെയിരുന്ന അവളുടെ മുഖത്തേയ്ക്കു നോക്കി ഞാൻ ചോദിച്ചു.

'നിരാശയാണോ ജീവിതത്തോട്?'

അല്ല എന്നർത്ഥത്തിൽ അവൾ തലയാട്ടി.

'പിന്നെ?' വീണ്ടും ഞാൻ ചോദിച്ചു.

അവൾ പറഞ്ഞു, 'ഞാൻ ജീവിക്കുന്ന ലോകത്ത്, ഉദിക്കുന്ന സൂര്യനില്ല, ചന്ദ്രനില്ല, തിളക്കുമേകുന്ന നക്ഷത്രങ്ങളില്ല.'

'അന്ധകാരം അല്ലേ?'

'അല്ല.'

ഉദിക്കാത്ത സൂര്യനും, ചന്ദ്രനും, തിളക്കമേകാത്ത നക്ഷത്രങ്ങളും എന്നിൽ അന്ധകാരം നിറയ്ക്കുന്നില്ല. പകരം ശൂന്യത സൃഷ്ടിക്കുന്നു. എന്നിൽ ശ്വാസമുണ്ട്. ഉള്ളിൽ തെളിച്ചവും വെളിച്ചവുമുണ്ട്. എനിക്ക് എല്ലാം കാണുവാനും കേൾക്കുവാനും സാധിക്കുന്നു. പക്ഷേ എന്നിൽ സുഗന്ധമില്ല. പ്രണയമില്ല. ദർശിക്കുന്നിടത്തെല്ലാം ശൂന്യതയെന്നുമാത്രം.

പേജുകൾ വളരെയധികമുള്ള ഒരു നോട്ടുപുസ്തകം. ഓരോ പേജുകൾ മറിയ്ക്കപ്പെടുമ്പോഴും ഒന്നും എഴുതാതെ പോയ പേജുകളെപോലെയാണ് എന്റെ ജീവിതം. ആദ്യം മുതലേ ഒന്നെഴുതി തുടങ്ങിയാൽ നന്നായിരിക്കുമെന്ന് ഇപ്പാൾ തോന്നലുളവാകുന്നു.

ഓർമ്മകൾ ഓരോന്നായി ചെറിയ ചാറ്റൽ മഴപോലെ തുടങ്ങി പിന്നെ പേമാരിയായ് മാറിപെയ്തൊഴിയാതെ ഒരു പ്രളയ പ്രവാഹം പോലെയാകുന്നതായ് അവൾക്കു തോന്നിയിരുന്നു. ആ ഓർമ്മകളുടെ കുത്തൊഴിക്കിൽപ്പെട്ട് താൻ ആടിയുലയുന്നതായും അവൾക്കനുഭവപ്പെട്ടു. ഞാൻ ഹുതയിലേയ്ക്കാഴ്ന്നിറങ്ങി. പുഴയുടെ ഓളങ്ങൾ ഇപ്പോഴും കാതിലലയടിയ്ക്കുന്നതുപോലെ.

പുഴ സാധാരണഗതിയിലാണ്. വർഷം തോരാതെ പെയ്യുന്നുണ്ടെങ്കിലും പുഴയിൽ നിന്നും അധികമായ വെള്ളം കടൽ വലിച്ചെടുക്കുന്നുണ്ടായിരുന്നു. എങ്കിലും കനത്ത മഴയിൽ പ്രദേശങ്ങളിലെല്ലാം വെള്ള

ക്കെട്ടുണ്ട്. മഴക്കാലമായാൽ പറമ്പുകളിലെല്ലാം വെള്ളം കെട്ടി നില്ക്കും. വീട്ടിൽ നിന്നും പുറത്തിറങ്ങുവാൻ ആ സമയങ്ങളിൽ ബുദ്ധിമുട്ടാണ്.

ബാല്യത്തിന്റെ സുഖമുള്ള ഓർമ്മകൾ എന്നും മഴയോർമ്മകളാണ്. പുഴയോരത്തിനോട് ചേർന്നായിരുന്നു ഞങ്ങളുടെ വീട്. പുലർച്ചെ പെയ്യുന്ന മഴയും ഓലമേഞ്ഞ വീടിന്റെ മേൽക്കൂരയിൽ തകധിമി താളം പിടിക്കുന്ന മഴത്തുള്ളി മേളവും, പുതപ്പിനുള്ളിൽ താത്തയേയും കെട്ടി പിടിച്ചു കിടക്കുമ്പോൾ സുബഹി നമസ്ക്കാരത്തിനുള്ള ബാങ്കുവിളി ഉയർന്നു കേൾക്കുന്നതും ഓർമ്മകളുടെ കുളിരാണ്.

അമ്പലത്തിലെ സുപ്രഭാതവും, ക്രിസ്ത്യൻ പള്ളിയിലെ യഹൂദിയായിലെ ഒരു ഗ്രാമത്തിൽ എന്ന ഭക്തിഗാനവും, മുസ്ലീം പള്ളിയിലെ സുബഹി നമസ്ക്കാരത്തിനുള്ള ബാങ്കു വിളിയും നിമിഷങ്ങളുടെ ഇടവേളകളിൽ കേൾക്കാമായിരുന്നു.

ഈ മൂന്നു പരിശുദ്ധാലയങ്ങളാൽ ചുറ്റപ്പെട്ടതായിരുന്നു ഞങ്ങളുടെ ഗ്രാമം. ഹുതാമുഹമ്മദ് പറയുവാനും ഞാൻ കേൾക്കുവാനുമായി ആ നിശബ്ദതയിൽ കണ്ണുകളടച്ചിരുന്നു. മുഹമ്മദ് ഖയറുന്നീസ ദമ്പതികൾക്ക് ഞങ്ങൾ രണ്ടു പെൺമക്കളായിരുന്നു. ഹസീനയും, ഹുതയും. നാലു സെന്റുസ്ഥലവും ഒരു കൊച്ചുകൂരയുമായിരുന്നു ബാപ്പയുടെ സമ്പാദ്യം.

ഉമ്മൂമ്മയും ഉപ്പയുടെ സഹോദരിയും ഞങ്ങൾക്കൊപ്പമായിരുന്നു താമസിച്ചിരുന്നത്. ഉപ്പൂപ്പ നേരത്തെ മരണപ്പെട്ടിരുന്നു.

വീടിനു അടുത്തു തന്നെയുള്ള പ്രൈമറി സ്കൂളിൽ അറബിക് അധ്യാപകനായിരുന്നു ബാപ്പ. അതൊരു മാനേജ്മെന്റ് സ്കൂളായിരുന്നു. ആ സ്കൂളിൽ തന്നെയായിരുന്നു ഞങ്ങൾ രണ്ടുപേരും പഠിച്ചിരുന്നത്. ബാപ്പയ്ക്കൊപ്പം സ്കൂളിൽ പോകുകയും തിരിച്ചുവരികയും ചെയ്യുകയായിരുന്നു പതിവ്.

സ്കൂളിൽ അറബിക് വിഷയം പഠിക്കുന്നതിനായി അധികം കുട്ടികളില്ലായിരുന്നു. ബാപ്പയ്ക്ക് ജോലി തന്നെ പ്രശ്നമാകുമെന്ന അവസ്ഥ അന്നുണ്ടായിരുന്നു. അതറിഞ്ഞു മുസ്ലീം വിഭാഗത്തിൽ പെട്ട കുട്ടികൾ മാത്രമായിരുന്നില്ല അറബിക് വിഷയം പഠിക്കുവാനായി ചേർന്നിരുന്നത്. എല്ലാ മതവിഭാഗത്തിൽ പെട്ട കുട്ടികളും അറബിക് പഠിച്ചിരുന്നു. അതുകൊണ്ടു തന്നെ ബാപ്പയുടെ ജോലിയ്ക്ക് ശാശ്വതമായ പരിഹാരം ലഭിച്ചിരുന്നു.

ബാപ്പയുടെ ചെറിയ ശമ്പളം വേണമായിരുന്നു ഞങ്ങൾക്കെല്ലാം കഴിഞ്ഞുകൂടുവാൻ. രാവിലേയും വൈകീട്ടും ബാപ്പ കുട്ടികൾക്ക് ട്യൂഷ്യനെടുക്കുവാൻ വീടുകളിൽ പോയിരുന്നു. ആ വരുമാനവും തികയുമായിരു

ന്നില്ല ജീവിതത്തിന്റെ രണ്ടറ്റവും കൂട്ടിമുട്ടിക്കുവാൻ.

അസുഖ ബാധിതയായ ഉമ്മൂമ്മ, വിവാഹിതയാകാതെ നില്ക്കുന്ന അമ്മായി. ഞങ്ങളുടെ വിദ്യാഭ്യാസം, ഉമ്മയുടെ പരിമിതമായ ആവശ്യങ്ങൾ എല്ലാം ബാപ്പ നിറവേറ്റണമായിരുന്നു. ബാപ്പ ചുരുങ്ങി ചിലവുനടത്തിയതിൽ നിന്നും മിച്ചം വരുന്നത് ഉമ്മയെ ഏൽപ്പിക്കുമായിരുന്നു. പ്രത്യേകിച്ച് ഒരു പലഹാര പൊതിയോ, സ്നേഹത്തോടെയുള്ള കൊഞ്ചലുകളോ ഒന്നും ഞങ്ങൾക്ക് ലഭിച്ചിരുന്നില്ല.

രാത്രികളിൽ ഉറങ്ങാൻ കിടക്കുന്ന ഞങ്ങൾക്കരികിലെത്തി ബാപ്പ നല്കുന്ന ഓരോ തലോടലുകളും, നെറ്റിയിന്മേൽ നല്കുന്ന ചുംബനങ്ങളും, ബാപ്പയുടെ ദീർഘനിശ്വാസവും മാത്രമായിരുന്നു ഞങ്ങൾക്കു ലഭിച്ചിരുന്ന ലാളനകൾ.

ബാല്യത്തിലേ മനസ്സിലാക്കിയിരുന്നു ബാപ്പയുടെ ദീർഘനിശ്വാസത്തിൽ അടങ്ങിയിരിക്കുന്ന പൊരുളുകൾ. പരാതികൾക്കും പരിഭവങ്ങൾക്കും ആ വീട്ടിൽ ഇടമില്ലായിരുന്നു.

എങ്കിലും രണ്ടു മൂന്നുവർഷം ഒരേ യൂണിഫോം ഇടുന്ന സമയങ്ങളിൽ ഞാൻ ബാപ്പയോട് പരാതി പറയുമായിരുന്നു. ആ വീട്ടിൽ പരാതി പറയുന്ന ഏക വ്യക്തി ഞാനായിരുന്നു.

'ബാപ്പാ',

എന്റെ വിളികേട്ട് ബാപ്പ മുഖത്തേയ്ക്ക് നോക്കും എന്നിട്ടു ചോദിക്കും

'എന്താ ഹുതാ',

എന്റെ യൂണിഫോം ഷർട്ടിന്റെ കോളറെല്ലാം എലി കരണ്ടതുപോലെയായി. എല്ലാം പിന്നിപോയിരിക്കുന്നു ബാപ്പാ. പുതിയ തുണി വാങ്ങിച്ചു എനിക്കു പുതിയതു തയ്ക്കണം.

ബാപ്പാ എന്റെ അരികിലെത്തി എന്നെ ചേർത്തു നിർത്തി പറയും. അരക്കൊല്ല പരീക്ഷയ്ക്ക് നല്ല മാർക്കു വാങ്ങിയാൽ പുതിയത് വാങ്ങി നല്കാമെന്ന്.

പിന്നീട് അടുത്ത വർഷത്തിലാകും ഓരോ ജോഡി പുതിയത് ഞങ്ങൾക്ക് ലഭിക്കുക. ഹസീന ബാപ്പയോട് പരാതികൾ പറഞ്ഞിരുന്നില്ല. ആണ്ടിലൊരിക്കൽ വരുന്ന പെരുന്നാളിനായിരുന്നു വീട്ടിലെല്ലാവർക്കും പുതിയ ഡ്രസ്സ് വാങ്ങിക്കുക.

പിന്നെ ഉമ്മച്ചിയുടെ ബന്ധുക്കളിൽ ചിലർ പേർഷ്യക്കാരായിരുന്നു. അവർ വല്ലപ്പോഴും ഉമ്മ ചെല്ലുമ്പോൾ പുതിയ തുണികൾ എന്തെങ്കിലും കൊടുത്തയക്കുമായിരുന്നു. സാരി ലഭിച്ചാൽ ഉമ്മ അതെടുക്കാതെ അമ്മായിക്കായിരുന്നു കൊടുത്തിരുന്നത്. മിതഭാഷികളായിരുന്നു ബാപ്പ

യും, അമ്മായിയും, ഹസീനയും.

ഉമ്മൂമ്മയ്ക്ക് അടിയ്ക്കടി വന്നിരുന്ന വാർദ്ധക്യസഹജമായ അസുഖങ്ങൾ. ആശുപത്രിവാസം വേണ്ടി വന്നാൽ താളം പിഴയ്ക്കും. കാരണം പലയിടത്തേയ്ക്ക് നീക്കിയിരിപ്പിനു വച്ചിരുന്നതെല്ലാം മാറ്റപ്പെടേണ്ടിവരും. സാധാരണ വരുന്ന ഒരു രോഗങ്ങൾക്കും ആ വീട്ടിൽ ആരും തന്നെ ഡോക്ടറെ സമീപിച്ചിരുന്നില്ല. സ്വയം ചികിത്സയായിരുന്നു.

ഞങ്ങൾക്കെന്തെങ്കിലും തരത്തിലുള്ള വിട്ടുമാറാത്ത പനിയോ ചുമയോ വന്നാൽ അടുത്തുള്ള ഡിസ്പെൻസറിയിലാണു കാണിക്കുക. അവിടേയ്ക്ക് കൊണ്ടുപോകുമ്പോഴും ഉമ്മയ്ക്ക് ആവലാതിയായിരുന്നു. ഡോക്ടർ പുറമെ മെഡിക്കൽ ഷോപ്പിലേയ്ക്ക് മരുന്നു കുറിക്കുമോ എന്ന ആധി. വീട്ടിൽ നിന്നും ഇറങ്ങുമ്പോഴെ ഉമ്മ പ്രാർത്ഥിക്കും. ന്റെ റബ്ബേ ഡോക്ടർക്ക് പുറമേയ്ക്ക് മരുന്നെഴുതാൻ തോന്നരുതേയെന്ന്.

സ്ഥിരം ആവശ്യങ്ങൾക്കായി നീക്കി വച്ചിരിക്കുന്ന ചെറിയ തുകകൾ അതിനു പുറമേ മറ്റൊരാവശ്യം വന്നാൽ ആ നീക്കിയിരിപ്പു എടുക്കേണ്ടി വരും. വീട്ടിലെ ധനമന്ത്രിയായ ഉമ്മ കുഴങ്ങും. അതുകൊണ്ട് ഉമ്മയ്ക്ക് എപ്പോഴും ആധിയാണ്.

ആധി എത്രത്തോളമുണ്ടോ ഉമ്മ അത്രയും തവണ റബ്ബിനെ വിളിക്കുന്നത് കേൾക്കാമായിരുന്നു. ഉമ്മയുടെ റബ്ബേയെന്നുള്ള വിളികൾ അടിയ്ക്കടി കേൾക്കുന്നതിനുവേണ്ടിയാണ് പടച്ച തമ്പുരാൻ ചെറിയ കഷ്ടപ്പാടുകൾ നല്കുന്നതെന്ന് ബാപ്പ പറയുമായിരുന്നു.

അന്നു തുലാമാസത്തിലെ തോരാത്ത മഴയായിരുന്നു. കര കവിഞ്ഞൊഴുകാൻ തയ്യാറായി നില്ക്കുന്ന പുഴ. രാത്രിയായിരുന്നു ഉമ്മൂമ്മയ്ക്ക് അസുഖം കലശലായത്. രണ്ടു മൂന്നു ദിവസങ്ങളായി പനിയും ക്ഷീണവുമുണ്ടായിരുന്നു. മഴക്കാല പനിയാവുമെന്ന് കരുതി. പനികുറയാതിരുന്നപ്പോൾ ബാപ്പ ഡിസ്പെൻസറിയിൽ നിന്നും ഡോക്ടറെ കൂട്ടികൊണ്ടു വന്നു ഉമ്മൂമ്മയെ കാണിച്ചു. ഡോക്ടർ എഴുതിയ മരുന്നുവാങ്ങി കൊടുത്തിരുന്നു. അമ്മായി സദാസമയവും ഉമ്മൂമ്മയ്ക്കരികിൽ തന്നെയായിരുന്നു. ആ രാത്രി ഉമ്മൂമ്മ അമ്മായിയെ വിളിച്ചു.

'നസീറ ഉമ്മയ്ക്ക് മൂത്രമൊഴിയ്ക്കണം.'

'നീ, ആ കോളാമ്പി ഒന്നിങ്ങട് നീക്കി വയ്ക്ക് പെണ്ണേ.' അമ്മായി ഉമ്മൂമ്മയെ പിടിച്ചെഴുന്നേൽപ്പിക്കുവാനായി ശ്രമിച്ചു. അമ്മായിയുടെ കയ്യിൽ നിന്നും ഉമ്മുമ്മ ഊർന്നു കട്ടിലേയ്ക്കുതന്നെയമർന്നു, കിടക്കയിൽ മൂത്രം പോയി. അമ്മായി ഉമ്മയെ ഉറക്കെ വിളിച്ചു. അമ്മായിയുടെ ശബ്ദം അത്രയും ഉറക്കെ ആദ്യമായിട്ടായിരുന്നു കേട്ടിരുന്നത്. ആ വിളി

യിൽ ഞങ്ങളെല്ലാവരും ഉമ്മൂമ്മ കിടന്നിരുന്ന മുറിയിലേയ്ക്കോടിയെത്തി യിരുന്നു.

ഉമ്മൂമ്മ എല്ലാവരേയും നോക്കി, പിന്നെ ആ കണ്ണുകളടഞ്ഞു നിശ്ച ലമായി. ബാപ്പ ഉമ്മൂമ്മയുടെ പാതിയടഞ്ഞ കണ്ണുകൾ തടവി അടച്ചു.

ബാപ്പ മന്ത്രിച്ചു. 'ഇന്നാ ഇലാഹി വാ ഇന്നാ ഇലാഹി റജൂൻ.' ഉമ്മൂ മ്മ മയ്യത്തായിരുന്നു.

ആദ്യമായി അടുത്തു കണ്ട മരണം. ഉമ്മൂമ്മയുടെ മരണത്തിന്റെ തണുപ്പ് ആ കൈകളിൽ തൊട്ടപ്പോൾ ഞാനറിഞ്ഞിരുന്നു. പിറ്റേന്നു മയ്യിത്ത് നിസ്ക്കാരം പൂർത്തിയായി. ഉമ്മൂമ്മയെ പരലോകത്തിന്റെ കവാ ടത്തിലേയ്ക്ക് യാത്രയാക്കി.

ഉമ്മൂമ്മയുടെ വിയോഗം വീട്ടിലെല്ലാവരേയും ദു:ഖത്തിലാഴ്ത്തി . കൂടു തൽ നിശബ്ദതയിലേയ്ക്ക് ആ വീട് ആഴ്ന്നുപോയിരുന്നു. ഒരു ദിവസം പലവുരു നസീറ എന്ന ഉമ്മൂമ്മയുടെ വിളികളായിരുന്നു വീട്ടിലെ നിശ ബ്ദതയെ ഭഞ്ജിച്ചിരുന്നത്. അമ്മായി കൂടുതൽ മൗനത്തിലേയ്ക്കമർന്നു.

ഉമ്മറപ്പടിയിൽ ആരെയോ കാത്തെന്നപോലെയിരിക്കുന്ന ബാപ്പയ്ക്ക രികിൽ ഞാനെത്തി.

'ബാപ്പാ,' ഞാൻ വിളിച്ചു.

ബാപ്പ മുഖമുയർത്തി എന്നെ നോക്കി. 'ബാപ്പയെന്താ വ്യസിനിച്ചിരി ക്കുന്നേ'. എന്റെ ചോദ്യത്തിന് മറുപടി നല്കും മുൻപേ എന്നെ ബാപ്പ യോട് ചേർത്തിരുത്തി.

ബാപ്പയൊരു കൊച്ചു കഥപറഞ്ഞു തരട്ടെ ഹുതാ. അതു പതിവില്ലാ ത്തതാണ്. അതുകൊണ്ടു തന്നെ ഞാൻ വേഗം തലയാട്ടി.

'ഉമ്മയുടെ മരണശേഷം മൂസ നബി (അ) തൂർസിനാ പർവ്വതം കയ റുന്നതിനിടയിൽ ചെറുതായി വഴുതിപ്പോയി. അപ്പോൾ അല്ലാഹു പറ ഞ്ഞു ഹേയ് മൂസ, ഇനി മുതൽ സൂക്ഷിച്ചു നടക്കണേ. എന്തുകൊണ്ടെ ന്നാൽ ദു ആ ചെയ്യുന്ന കൈകൾ ഇനി ഇല്ലാ എന്ന കാര്യം മറക്കരുത്.

ഉമ്മയുടെ ദുആ മരണം ഒഴികെ എല്ലാ ബുദ്ധിമുട്ടുകളിൽ നിന്നും നമ്മളെ കാത്തു രക്ഷിക്കുന്നു.'

ബാപ്പയുടെ കണ്ണുകൾ നിറഞ്ഞൊഴുകി. ആ കണ്ണുനീരിന്റെ പൊ രുൾ ഞാൻ മനസ്സിലാക്കി. ബാപ്പയ്ക്കരികിൽ നിന്നും ഞാൻ ഓടി എന്റെ ഉമ്മയ്ക്കരികിലെത്തി. ഉമ്മയെ മുറുകെ വട്ടം പിടിച്ചു. ഉമ്മയുടെ മുഖ ത്തേയ്ക്കു നോക്കി ഞാൻ കരയുകയായിരുന്നു.

ഉമ്മ എന്നെ തലോടി ആശ്വസിപ്പിച്ചു. കിടക്കുകയായിരുന്ന ഹസീന യ്ക്കരികിൽ ഞാനെത്തി അവൾക്കരികിൽ കിടന്നു. അവൾ എന്നെ കെട്ടി

പിടിച്ചു. ഒരിക്കലും ഹസീന അധികം സംസാരിച്ചിരുന്നില്ല. അത്യാവശ്യമുള്ള കാര്യങ്ങൾ മാത്രം അവൾ പറഞ്ഞു. അവളുടെ മനസ്സ് പിടികിട്ടാപ്പുള്ളിയെ പോലെയായിരുന്നു, ഭാവവ്യത്യാസങ്ങൾ മനസ്സിലാക്കുവാൻ സന്തത സഹചാരിയായിരുന്ന എനിക്കു പോലും കഴിഞ്ഞിരുന്നില്ല.

ഉപ്പയുടെ ശാന്തമായ പ്രകൃതമാണവൾക്കെന്ന് ഉമ്മ പറയാറുണ്ട്. വർഷങ്ങൾ കാത്തു നിൽക്കാതെ ഓടിയകലുകയായിരുന്നു. ബാപ്പ പഠിപ്പിച്ചിരുന്ന എൽ.പി സ്കൂളിൽ നിന്നും, യു.പി സ്കൂളിലേയ്ക്കും, ഹൈസ്കൂളിലേയ്ക്കും അവിടുന്ന് കോളേജിലേയ്ക്കും ഞങ്ങൾ മാറ്റപ്പെട്ടു. ഹസീന എന്നേക്കാൾ രണ്ടു വർഷം മുൻപിലായിരുന്നു. ബാപ്പയ്ക്ക് കുടുംബഭാരം ചുമക്കാൻ പറ്റാത്ത വിധം ഭാരമായി മാറിക്കൊണ്ടിരുന്നു. ആരോഗ്യവും നാൾക്കുനാൾ ക്ഷയിച്ചുകൊണ്ടിരുന്നു. ട്യൂഷനെടുത്തിരുന്ന വരുമാനം നഷ്ടപ്പെട്ടു. കുട്ടികൾ ഇംഗ്ലീഷ് മീഡിയത്തിലേയ്ക്കും ട്യൂഷൻ സെന്ററുകളിലേയ്ക്കും പോയിരുന്നു.

ബാപ്പ സ്കൂളിൽ നിന്നു വിരമിച്ചു. മാസം കിട്ടുന്ന ചെറിയ പെൻഷൻ തുക മാത്രമായി വരുമാനം.

ഞങ്ങളുടെ വിദ്യഭ്യാസച്ചെലവുകൾ. അതിനിടയിൽ ബാപ്പയ്ക്കും ഓരോരോ അസുഖങ്ങൾ വന്നുപോയിക്കൊണ്ടിരുന്നു. വീട്ടുവൈദ്യങ്ങളായിരുന്നു അതിനായി ബാപ്പ ചെയ്തുകൊണ്ടിരുന്നത്. വിട്ടുമാറാത്ത നടുവേദന ബാപ്പയെ അടിക്കടി അലോസരപ്പെടുത്തിക്കൊണ്ടിരുന്നു. ഉമ്മ കല്ലുപ്പിട്ട് ചെറും ചൂടുവെള്ളം തുണിയിൽ മുക്കി പിഴിഞ്ഞ് പിടിച്ച് കൊടുക്കും. താല്ക്കാലികമായി ആശ്വാസം ലഭിക്കും.

ടീനേജ് പ്രായമായപ്പോഴായിരുന്നു എന്റെ മനസ്സിൽ ചില ചോദ്യങ്ങളും സംശയങ്ങളും ഉയർന്നുവന്നത്. കാണാൻ സുന്ദരിയായ നസീറ അമ്മായിയെന്താണ് അവിവാഹിതയായി നില്ക്കുന്നത്. പത്താം ക്ലാസ്സ് തോറ്റതോടുകൂടി പഠനം അവസാനിപ്പിച്ചെന്നു മാത്രം അറിയാം. എന്തായിരിക്കും കാരണം.

എന്റെ സംശയങ്ങൾ ഞാൻ ഹസീനയോട് പങ്കുവെച്ചു.

ആ എനിക്കറിയില്ലെന്ന മട്ടിൽ അവൾ എന്നെ നോക്കി. ഈ ലോകത്തല്ലേ ഇവൾ ജീവിക്കുന്നതെന്ന മട്ടിൽ ഞാനും അവൾക്കു നേരെ നോക്കി.

എന്റെ നോട്ടത്തിന്റെ അർത്ഥം മനസ്സിലാക്കിയെന്നപോലെ ചെറുതായൊന്നു ചിരിവരുത്തി അവൾ നിവർത്തി വച്ച പുസ്തകത്തിലേയ്ക്കു മുഖം തിരിച്ചു.

ഹസീന എന്നും അവളുടേതായ ഒരു ലോകത്തായിരുന്നുവോ?

അതോ, ഒരു നേർരേഖപോലെ വളവും തിരിവുമില്ലാതെയുള്ള സഞ്ചാര ത്തിനായിരുന്നോ ആഗ്രഹിച്ചിരുന്നതെന്ന് അന്നേരം എനിക്കു തോന്നി യിരുന്നു. മറ്റു ചിലപ്പോൾ എല്ലാ ആഗ്രഹങ്ങളും ഉള്ളിലൊതുക്കി നല്ല തെന്ന സ്വയം പരിശീലനത്തിലായിരുന്നുവോ അവളെന്നും ഞാൻ ഊ ഹിച്ചിരുന്നു.

എന്തായിരുന്നാലും എന്റെ സംശയങ്ങൾ മനസ്സിൽ ഒരു ഭാരമായി കൊണ്ടു നടക്കുവാൻ ഞാൻ തയ്യാറായിരുന്നില്ല. ഉമ്മൂമ്മ മരിച്ചതിനു ശേഷം അമ്മായി ഒറ്റയ്ക്കായിരുന്നു കിടന്നിരുന്നത്. അന്നു രാത്രി ഞാൻ അമ്മായിക്കരികിൽ കിടക്കുകയാണെന്നു ഹസീനയോട് പറഞ്ഞു. എന്റെ ഉദ്ദേശ്യം മനസ്സിലാക്കിയ അവൾ പ്രത്യേകിച്ചൊന്നും പറഞ്ഞിരുന്നില്ല.

പായും തലയിണയും പുതപ്പുമായി അഭയാർത്ഥിയെപ്പോലെ ആ മുറി യിലേയ്ക്കു കയറിച്ചെന്ന എന്നെ നോക്കി അമ്മായി ചോദിച്ചു. 'എന്താ ഹുതാ നീയെന്താ ഇതെല്ലാമായി ഇവിടേയ്ക്ക് ?'

'ഇന്നു ഞാൻ അമ്മായിക്കൊപ്പം കിടക്കാമെന്നു കരുതി.'

'അതെന്താ? ഹസീനയുമായി പിണങ്ങിയോ?'

'ഏയ് ഇല്ല അമ്മായി.'

'എങ്കിൽ വാ, പായയും തലയിണയും താഴെ വച്ചോ. എന്റെ കൂടെ കട്ടിലിൽ കിടന്നോ ?'

ഉമ്മൂമ്മ കിടന്നിരുന്ന കട്ടിലാണത്. എന്തോ എനിക്കൊരു ഭയം. മര ണത്തിന്റെ തണുപ്പ് ഉമ്മൂമ്മയുടെ മരണത്തിലൂടെ ഞാനറിഞ്ഞിരുന്നു. അന്നു ശരീരത്തിലാകെ ഒരു തണുപ്പെനിക്ക് അനുഭവപ്പെട്ടിരുന്നു. അതു കൊണ്ടു തന്നെ ഞാൻ മടിച്ചു നിന്നു.

'എനിക്കു പേടിയാ അമ്മായി' ഞാൻ പറഞ്ഞു.

'എന്തിനാ ഹുതാ പേടിക്കുന്നത്. ഉമ്മൂമ്മയുടെ കട്ടിലും കിടക്കയുമ ല്ലേ അതിൽ കിടന്നല്ലേ ഉമ്മൂമ്മ മയ്യത്തായത്.'

'എനിക്കു പേടിയാ അമ്മായി.'

'പിന്നെ എന്തിനാ ഹുതാ നീ ഇവിടേയ്ക്ക് കിടക്കാൻ വന്നത്.'

'എനിക്കിന്ന് അമ്മായിയുടെ കൂടെ കിടക്കാൻ ആഗ്രഹം.'

'ഉമ്മൂമ്മയ്ക്ക് പരലോകത്ത് അള്ളാഹു സ്വർഗ്ഗവാസം നല്കിയിരി ക്കും ഹുതാ. അതുകൊണ്ട് ഉമ്മൂമ്മ ഇഹലോകത്തേയ്ക്ക് തിരിച്ചു വരി കയില്ല. നീ അമ്മായിക്കരികിൽ വന്നു കിടക്ക്.'

'അമ്മായി നമുക്ക് താഴെ കിടക്കാം. '

എന്റെ സ്നേഹപൂർവ്വമായ നിർബന്ധത്തിനു വഴങ്ങി അമ്മായി എനി ക്കൊപ്പം താഴെ പായയിൽ കിടന്നു. അമ്മായ്ക്കരികെ ചേർന്നു ഞാൻ

കിടന്നു.

'അമ്മായീ...' പതിയെ ഞാൻ വിളിച്ചു.

'എന്താ ഹുതാ, നിന്റെ ഭയം മാറിയില്ലേ?'

'അതല്ല അമ്മായി.'

'പിന്നെ?'

ഒരു തുടക്കം ലഭിക്കാതെ വീണ്ടും ഞാൻ വിളിച്ചു.

'എന്താ ഹുതാ, എന്തോ  വലിയ കാര്യം ചോദിക്കാനുള്ളതുപോലെ ഒരു തുടക്കം കുറിക്കൽ.

'ഞാനൊന്നു ചോദിക്കട്ടെ.'

'ഉം.'

അമ്മായി മൂളി. പൊടുന്നനെയുള്ള എന്റെ ആ ചോദ്യം കേട്ട് അമ്മായി നിശബ്ദയായി.

'അമ്മായീ എന്താണ് നിക്കാഹ് കഴിക്കാതെയിരുന്നത്? ഇതായിരുന്നു എന്റെ ചോദ്യം?' കുറേ സമയം ഒരു മറുപടിയും  എനിക്ക് ലഭിച്ചിരുന്നില്ല. ഞാൻ അമ്മായിക്ക് അഭിമുഖമായി കിടന്നു. അവർ കണ്ണുകളടച്ചു കിടക്കുകയായിരുന്നു. ഞാൻ അവരെ വീണ്ടും വിളിച്ചു. ആ വിളിക്കുള്ള മറുപടി ഇങ്ങനെ ആയിരുന്നു.

'അതിനുള്ള പ്രായം കഴിഞ്ഞു പോയില്ലേ മോളേ, കഴിഞ്ഞു പോയ പ്രായത്തിനും കാലത്തിനും മുൻപുള്ള പ്രായവും കാലവും. .................'

'അന്നെന്തേ അമ്മായി നിക്കാഹ് കഴിക്കാതിരുന്നത്.'

'അതിനുള്ള യോഗം ഇല്ലായിരുന്നു ഹുത.' പിന്നേയും നിശബ്ദത.

'അതെനിക്ക് വിശ്വസിക്കാൻ ബുദ്ധിമുട്ട് ഉണ്ട് അമ്മായി.' ഞാൻ പറഞ്ഞു. മറുപടി ഇല്ലായിരുന്നു.

ഉറങ്ങാതെ കിടന്നിരുന്ന എന്റെ കാതിൽ എപ്പോഴോ തേങ്ങലുകളുടെ പതിഞ്ഞ ശബ്ദം കേട്ടു. അതുകേട്ട എന്റെ വിളികൾക്ക് മറുപടി ഇല്ലായിരുന്നു. ഞാൻ അവരോട് പറഞ്ഞു. 'അമ്മായി ഉള്ളിൽ ഉള്ളത് നിങ്ങൾ ഒന്നു തുറന്നു പറയൂ. എനിക്ക് ഓർമ്മ വച്ചതു മുതൽ മറയ്ക്കപ്പെട്ടവളെ പോലെ നടക്കുന്നു. എന്തോ ഉണ്ട് തക്കതായ കാരണങ്ങൾ . അല്ലാതെ ഒരിക്കലും ബാപ്പ നിങ്ങളെ നിക്കാഹ് ചെയ്തയക്കാതിരിക്കില്ല. എനിക്കുറപ്പാണ്. നിങ്ങൾ അത് എന്നോട് പറയൂ. എന്താണെന്ന് അറിയാൻ എനിക്ക് താല്പര്യമുണ്ട്.' എന്റെ നിർബന്ധം സഹിക്ക വയ്യാതെ അവർ അതു പറഞ്ഞു.

'ഹുതാ വിശ്വാസങ്ങളെ മുറുകെ പിടിക്കുന്ന ഒരു കുടുംബമാണ് നമ്മുടേതെന്ന് നിനക്കറിയുമല്ലോ. ഇന്നത്തേക്കാൾ അധികമായിരുന്നു എന്റെ

ചെറുപ്പകാലങ്ങളിൽ. എന്നേയും നിന്റെ ബാപ്പയേയും ആ വിശ്വാസങ്ങളിൽ ഊന്നി ജീവിക്കുവാനാണ് ഉപ്പൂപ്പയും ഉമ്മൂമ്മയും പഠിപ്പിച്ചിരുന്നത്. ഒരു ചുമട്ടു തൊഴിലാളിയായ ഉപ്പൂപ്പ ചുമക്കുന്ന ഭാരത്തോളം തന്നെ ഭാരം വീട്ടിലുമുണ്ടായിരുന്നു. എങ്കിലും ഞങ്ങൾ രണ്ടു മക്കൾക്കും വിദ്യാഭ്യാസം നല്കണമെന്ന നിർബന്ധം അവർക്ക് രണ്ടുപേർക്കും ഉണ്ടായിരുന്നു. മക്കളെ മാഷും, ടീച്ചറും ആക്കണമെന്നായിരുന്നു ഉപ്പൂപ്പയുടെ ആഗ്രഹം. നിന്റെ ബാപ്പയെ പത്താം ക്ലാസ്സ് കഴിഞ്ഞതിനുശേഷം ടിടിസിയ്ക്കു പറഞ്ഞയച്ചു. എന്നിൽ അവരുടെ പ്രതീക്ഷകൾ തെറ്റി. പത്താം ക്ലാസ്സിൽ മൂന്നു തവണ എഴുതിയിട്ടും ഞാൻ കരകയറിയില്ല. അതോടെ ഇനി പഠിക്കുന്നില്ലെന്ന് ഞാൻ തന്നെ വീട്ടിൽ പറഞ്ഞു. എന്റെ ബാപ്പ, ഒരിക്കലും ഉമ്മയെ സഹായിക്കുവാനായി വീട്ടിൽ നിൽക്കട്ടെ. അല്ലെങ്കിൽ കെട്ടിച്ചു വിടാം എന്നുള്ള വാക്കുകൾ ഒന്നും പറഞ്ഞിരുന്നില്ല. എന്നെ തയ്യിൽ പഠിപ്പിക്കുവാനായി പറഞ്ഞയച്ചു.'

തയ്യൽ പഠിച്ച അമ്മായിക്ക് ഒരു തയ്യൽ മെഷീൻപോലും വീട്ടിൽ ഇല്ലല്ലോ? എന്ന അതിശയഭാവത്തിൽ ഞാൻ അമ്മായിയെ നോക്കി. കുറച്ചു സമയത്തേക്ക് എന്തോ ഓർത്തെടുക്കുന്ന പോലെ അമ്മായി സംസാരിക്കാതെ ഇരുന്നു. പിന്നീട് വീണ്ടും അവർ പറഞ്ഞു.

'ആ സമയത്തായിരുന്നു ഞാൻ അയാളെ പരിചയപ്പെടുന്നത്. എന്റെ മനസ്സ് പതിയെ അയാളിലേയ്ക്കു ചായ്ഞ്ഞു. അതെന്റെ സിരകളിൽ പ്രകാശം പരത്തി. ചിന്തകൾക്ക് സുഖം പകർന്നു. അയാളുടെ സാമീപ്യം ഒരു ശീതക്കാറ്റുപോലെ മെല്ലെ തഴുകി എന്നിലേയ്ക്കു കുളിരു പകർത്തിയിരുന്നു. ആ സമയങ്ങളിൽ സാഹചര്യങ്ങൾ മറവിയിൽ ആണ്ടുപോകും. ആരോടും പറയുവാനാകാതെ ചില കാര്യങ്ങൾ നാം ഒളിച്ചുവയ്ക്കും. അതൊരു വീർപ്പുമുട്ടലായിരിക്കുകയില്ല. സുഖകരമായ ഒരു അനുഭൂതി, ആ അനുഭൂതിയിലേക്ക് മനസ്സ് ചാഞ്ഞുകൊണ്ടിരിക്കും. ചില വികാരങ്ങൾ അങ്ങനെയാണ്. പറഞ്ഞറിയിക്കാൻ കഴിയാത്ത വിധം നമ്മെ വട്ടം ചുറ്റിക്കും. ദു:ഖമാകാം, വിരഹമാകാം, പ്രണയമാകാം വേർപെടലുകളാകാം ഇതെല്ലാം കൂടിയുള്ള ഒരു ഊഞ്ഞാലാട്ടമാകും ചിലപ്പോൾ ജീവിതം.'

അമ്മായി തന്നെയാണോ സംസാരിക്കുന്നതെന്ന് എനിക്കു തോന്നിപോയിരുന്നു. അത്ര മനോഹരമായിട്ടായിരുന്നു അവർ പറഞ്ഞിരുന്നത്. ആ നിശബ്ദതയ്ക്കു പിന്നിൽ എന്തെല്ലാം മറയ്ക്കപ്പെട്ടിരിക്കാം. അത് വ്യഥയുടെ കടലിരമ്പിലകളാകാമെന്ന് എനിക്കൂഹിക്കാൻ കഴിഞ്ഞിരുന്നു.

'തയ്യൽ പഠിക്കുന്ന സമയത്തായിരുന്നു ഞാൻ സുദർശനുമായി അ

ടുക്കുന്നത്. അടുക്കുമ്പോഴും പ്രണയമാഗ്രഹിക്കുമ്പോഴും വീട്ടിലെ സാഹചര്യങ്ങൾ ഒരു മിന്നൽ പിണർ പോലെ ഭയപ്പെടുത്തിയിരുന്നു.

പക്ഷേ സാഹചര്യങ്ങൾ പ്രണയത്തിനു വഴിമാറികൊടുത്തു. നിയന്ത്രിതമായി രണ്ടു മനസ്സുകളും പരസ്പരം ആഗ്രഹിച്ചു. മറ്റെല്ലാം മറവിയിൽ പൂഴ്ത്തി. കണ്ടെത്ര സംസാരിച്ചാലും പിന്നേയും ഏറെയുണ്ടാകും പറയുവാനായി, ബാക്കിയുള്ളതത്രയും കത്തുകളിലൂടെ കൈമാറി ഞങ്ങൾ പ്രണയിച്ചു. പ്രണയത്തിന് മതമൊരു തടസ്സമായിരുന്നില്ല അന്നു ഞങ്ങൾക്ക്.

സുദർശൻ നെറ്റിയിൻമേൽ അണിഞ്ഞ ചുവന്ന കുറിയിൽ എനിക്കയാളോട് കൂടുതൽ ആകർഷണം തോന്നിയിരുന്നു. അദ്ദേഹം ഒരു പാർട്ടി പ്രവർത്തകനായിരുന്നു. ഞാൻ തയ്യൽ പഠിക്കുവാൻ പോകുന്ന ഇൻസ്റ്റിറ്റ്യൂട്ടിന്റെ തൊട്ടുമുൻപിലായിരുന്നു അവരുടെ പാർട്ടി ഓഫീസ്. സുദർശന് സ്ഥിരവരുമാനമുള്ള ഒരു ജോലി നേടിയതിന് ശേഷമാകാം വിവാഹം എന്നുവരെ ഞങ്ങൾ തീരുമാനിച്ചു. അതുവരെ ആരുമറിയാതെ ആ പ്രണയം സൂക്ഷിക്കുവാൻ ഞങ്ങൾ ശ്രമിച്ചിരുന്നു. പക്ഷേ, എത്രമേൽ അഗാധമായി പരസ്പരം പ്രണയിക്കുന്നുവോ, അത്ര തന്നെ വിരഹവും വേദനയും അതു നല്കുമെന്ന് ഞാൻ വഴിയെ മനസ്സിലാക്കി.' അതെന്തായിരിക്കും? അറിയുവാനായി ഞാൻ കാതോർത്തു. അമ്മായി കഴിഞ്ഞകാലോർമ്മയിൽ മുങ്ങാം കുഴിയിടുകയായിരുന്നു.

'അതുവരെ വല്ലപ്പോഴും മാത്രം വീട്ടിൽ വന്നിരുന്ന തറവാട്ടിലെ എളേപ്പ അന്നു വീട്ടിലെത്തി. ഞാനും സുദർശനും തമ്മിലുള്ള ബന്ധം അറിഞ്ഞുകൊണ്ടുള്ള വരവായിരുന്നു.

സാമ്പത്തികമായി മുൻനിരയിലും, നാട്ടുകാരിലും, നാട്ടുകാര്യങ്ങളിലും ഇടപെഴുകുന്നവനുമായിരുന്നു നാസർ എളേപ്പ. അതുകൊണ്ടു തന്നെ എളേപ്പയുടെ തീരുമാനമായിരുന്നു കുടുംബങ്ങളിൽ അന്തിമ തീർപ്പ്.

ഞങ്ങളുടെ പ്രണയം ആരുമറിഞ്ഞിരുന്നില്ലെന്ന് കരുതിയിരുന്നത് അബദ്ധധാരണയായിരുന്നു. കണ്ണുകൾ കൊണ്ട് സംസാരിക്കുന്നതുപോലും സൂക്ഷ്മതയോടെ നിരീക്ഷിക്കുന്നവർ ചുറ്റിലുമുണ്ടെന്ന് ഒരിക്കലും കരുതിയിരുന്നില്ല. ബന്ധങ്ങൾ തകർക്കുന്നതിൽ ആശ്വാസവും ആനന്ദവും കൊള്ളുന്നവർ ഒറ്റുകാരായി ഞങ്ങളുടെ ബന്ധത്തിലും ഉണ്ടായിരുന്നു.

എളേപ്പ വീട്ടിൽ എത്തി ഉപ്പയോടും, ഉമ്മയോടും ഇക്കയോടും സംസാരിച്ചു. എളേപ്പ പറഞ്ഞതുകേട്ടു ഉമ്മ ഉറഞ്ഞുതുള്ളി.

ഉപ്പയെന്നെ വിളിച്ചു.

ഞാൻ അകത്തുനിന്നും ഉമ്മറത്തേയ്ക്കു വന്നു. എളേപ്പ പറയുന്നത് സത്യമാണോ എന്ന് എന്നോടു ചോദിച്ചു. ഞാൻ അപരാധിയെ പോലെ തലകുനിച്ചു നിന്നു. അതെ എന്നർത്ഥത്തിൽ തലയാട്ടി. ധിക്കാരി തെറ്റു ചെയ്തിട്ടും കൂസലേന്യേ തലയുയർത്തി പിടിച്ച് നിൽക്കുന്നതു കണ്ടില്ലേ. ഉപ്പ എന്റെ മുഖമടച്ച് ഒരടിയും തന്നു. എന്റെ ഓർമ്മയിലെ ആദ്യത്തെ പ്രഹരമായി അതു മാറി. എല്ലാവരും അറിഞ്ഞേക്കണ് ബദറുക്കാ, കവലയിൽ ഇനി അറിയാത്തോരാരുമില്ല. ഇങ്ങളാരും ഇതറിഞ്ഞില്ലെന്നു കേട്ടപ്പോൾ മ്മക്ക് അത്ഭുതം തോന്നുന്നു.

എളേപ്പ പിന്നേയും ഉപ്പാക്കും, ഇക്കാക്കും എരിവു കയറ്റികൊണ്ടിരുന്നു. വീട്ടിൽ നിന്നും എനിക്ക് അന്ത്യശാസനം ലഭിച്ചു. ഈ പൂതി മനസ്സിൽ നിന്നും പറിച്ചുകളഞ്ഞേക്കണം. എല്ലാം ഇവിടെ വച്ച് അവസാനിപ്പിക്കണം. ഇനിയും ഈ ബന്ധം തുടർന്നാൽ നിന്നെ വെട്ടി നുറുക്കി ഞാൻ ജയിലിൽ പോകും ഉപ്പയുടെ ശപഥം.

ഉമ്മ പതം പറഞ്ഞു കരയുവാൻ തുടങ്ങി. ഞാനെന്തോ അപരാധം ചെയ്ത കണക്കെയായിരുന്നു എല്ലാവരും എന്നെ കണ്ടിരുന്നത്.

ഇക്ക എന്നെ രൂക്ഷമായി നോക്കി, സംസാരിച്ചില്ലായിരുന്നു. പക്ഷേ സുദർശനെ കണ്ട് താക്കീതു നല്കിയിരുന്നു. രണ്ടു വ്യത്യസ്ത മതങ്ങൾ വലിയൊരു വൻമതിലായി ഞങ്ങൾക്കു മുൻപിലുയർന്നു നിന്നു. ഉമ്മ സദാസമയവും എന്നെ ശപിച്ചുകൊണ്ടിരുന്നു. മറുപടിയൊന്നും ഞാൻ നല്കിയിരുന്നില്ല. ആ സമയത്ത് എന്റെ മനസ്സിൽ ഒരു ചിന്തയേ ഉണ്ടായിരുന്നുള്ളൂ. സുദർശൻ വിളിച്ചാൽ അദ്ദേഹത്തിനൊപ്പം പോവുക്കയന്നത് മാത്രം. എന്റെ തയ്യലു പഠനം അന്നവസാനിപ്പിച്ചിരുന്നു.

അന്നുരാത്രി എനിക്കുറങ്ങാൻ സാധിച്ചിരുന്നില്ല. ഏറേ നേരം ഞാൻ ചിന്തയോടെ കിടന്നു. രണ്ടു കുടുംബങ്ങൾ മാത്രമല്ല രണ്ടു മതങ്ങൾ തമ്മിലുള്ള ബന്ധവും ആപത്തിലേയ്ക്ക് വഴിമാറപ്പെടും എന്നെനിക്കു മനസ്സിലായി.

ആ രാത്രിയിൽ ഞാൻ സുദർശന്റെ മുഖം വ്യക്തമായി കണ്ടു. അദ്ദേഹത്തിന്റെ നെറ്റിമേൽ അണിഞ്ഞ ചുവന്നകുറി പടർന്നൊലിച്ചു ഒരു ചോരക്കളമായ് മാറുന്നതുപോലെയെനിക്കു തോന്നി. അദ്ദേഹത്തിന്റെ നാലുദിശയിലും ആ ചോരകുടിക്കുവാൻ ചെന്നായ്ക്കൾ നാവു നുണഞ്ഞു നില്ക്കുന്നു. എന്റെ നെഞ്ചിൽ ഇടിമുഴക്കം കേട്ടു. ഭയത്തിന്റെ മിന്നൽ പിണറുകൾ എന്നിൽ തരംഗങ്ങൾ സൃഷ്ടിച്ചു. വേർപിരിയാൻ ഞാൻ തീരുമാനമെടുത്തു. മറ്റൊരു തീരുമാനവും കൂടി ഞാൻ എടുത്തിരുന്നു. ഒരു പുരുഷൻ ഇനിയൊരിക്കലും എന്റെ ജീവിതത്തിലുണ്ടാകില്ലെന്ന്.

അതിന് എനിക്ക് എന്റേതായ നിലപാടും ഉണ്ടായിരുന്നു. മനസ്സുകൊണ്ട് ഞങ്ങൾ വിവാഹിതരാവുകയും ഒന്നിച്ചു താമസിക്കുകയും മധുവിധു ആഘോഷിക്കുകയും മക്കളെ സൃഷ്ടിക്കുകയും സൈര്യ ജീവിതം നയിക്കുകയും ചെയ്തിരുന്നു. ഒരിക്കലും ഇണപിരിയാതെ കുറേക്കാലം പ്രണയിച്ചു ഈ ദുനിയാവിൽ ജീവിച്ചുമരിക്കുവാൻ ഞങ്ങളേറെ ആഗ്രഹിച്ചിരുന്നു. സുദർശനോടുള്ള സ്നേഹം മറ്റൊരു പുരുഷന് നല്കുവാൻ എനിക്കു സാധിക്കുമായിരുന്നില്ല. അതെനിക്ക് ഉറപ്പായിരുന്നു. മനസ്സ് മറ്റൊരിടത്ത്, വസിക്കുന്നിടത്ത് ശരീരവും അങ്ങനെ ജീവിക്കുവാൻ എന്നെകൊണ്ടാവില്ലായിരുന്നു.

മറ്റുള്ളവരുടെ പക്ഷത്തെ ശരിയും തെറ്റും ഞാൻ നോക്കിയിരുന്നില്ല. അദ്ദേഹം പഞ്ചാബിലെ ഒരു സുഹൃത്തിന്റെ അടുത്തേയ്ക്ക് പോയതായി പിന്നീട് ഞാനറിഞ്ഞു.

ചുറ്റിലും ആളിപ്പടർന്നു പിടിക്കുവാൻ തുടങ്ങിയ തീജ്വാലകൾ ശക്തമായി വെള്ളമൊഴിച്ച് പെട്ടന്നണച്ചതുകൊണ്ട് പരിസ്ഥിതി ശാന്തമായി.

ഞങ്ങളുടെ പ്രണയത്തിന് പ്രണയദൂതരില്ലായിരുന്നു. എന്നിട്ടും ആരൊറ്റി എന്നുള്ള ചോദ്യത്തിനുത്തരം അവിവാഹിതയായി തുടരുന്ന എന്നോട് കുറ്റബോധത്തോടെ ഒരാൾ ഏറ്റുപറച്ചിൽ നടത്തി. അന്നത്തെ പോസ്റ്റുമാനായിരുന്നു അത്. അയയ്ക്കുന്ന ആളുടെ വിലാസം എഴുതാതെ തൊട്ടടുത്ത സ്ഥലത്തെ രണ്ട് വ്യക്തികൾക്ക് സ്ഥിരമായി വരുന്ന ആ കത്തുകൾ അയാളിൽ സംശയമുണർത്തി. തയ്യൽക്ലാസ്സിന്റെ പേരിൽ എനിക്കു വരുന്ന കത്തും, പാർട്ടി ഓഫീസിലേയ്ക്ക് സുദർശനു വരുന്ന കത്തും ഒടുവിൽ അയാൾ പൊട്ടിച്ചു വായിച്ചു. അയാളുടെ സംശയത്തിനു നിവാരണം ഉണ്ടാക്കുക മാത്രമല്ല. എളേപ്പയുടെ അടുത്ത ചങ്ങാതിയായ അയാൾ എളേപ്പാന്റെ കാതിൽ എത്തിച്ചു.ആ ബന്ധം തകർത്തു.

പിന്നീടുള്ള ഏറ്റു പറച്ചിലുകൾക്ക് എന്തു പ്രസക്തി. അത്രയും പറഞ്ഞ് അമ്മായി വീണ്ടും എന്തൊക്കെയോ ഓർത്തതുപോലെ മിഴികളടച്ചു കിടന്നു.

ആ നേരം ഞാൻ ചോദിച്ചു.

'അമ്മായി'

'എന്താ ഹുതാ'

'സുദർശൻ ഇപ്പോൾ എവിടെയാ? പിന്നീടൊരിക്കലും അമ്മായി അദ്ദേഹത്തെ കണ്ടിട്ടില്ലേ?'

'കണ്ടിട്ടില്ലേയെന്ന ചോദ്യത്തിനാദ്യം ഉത്തരം നല്കാം ഹുതാ. ഒരിക്കലും നേരിട്ടു കണ്ടിട്ടില്ല. പക്ഷേ ഈ നിമിഷം വരേയും ഞങ്ങൾ

പരസ്പരം കാണുന്നുണ്ട്, അറിയുന്നുണ്ട്, പ്രണയിക്കുന്നുണ്ട്.

പഞ്ചാബിലേയ്ക്ക് പോയ സുദർശൻ പിന്നീടൊരിക്കലും മടങ്ങി വന്നിട്ടില്ല. അദ്ദേഹത്തിന്റെ കുടുംബം ഇപ്പോൾ ഇവിടെയല്ല. അവർ അദ്ദേഹത്തിന്റെ ജ്യേഷ്ഠന്റെ ജോലി സംബന്ധമായി കൽക്കത്തയിലേയ്ക്ക് താമസം മാറ്റിയിരുന്നു.'

'പിന്നീട് അമ്മായിയെ ആരും വിവാഹത്തിനു നിർബന്ധച്ചില്ലേ പിന്നെ?'

'ഏറെ നിർബന്ധിച്ചു. ഓരോ വിവാഹാലോചനകനകളും ഞാൻ മുടക്കിക്കൊണ്ടിരുന്നു. ആലോചനയുമായി വരുന്നവർക്ക് മുൻപിലേയ്ക്ക് എന്നെ വിളിക്കുമ്പോൾ ഞാൻ എത്തുകയില്ല. പിൻവാതിലൂടെ ഇറങ്ങി പുഴയോരത്ത് ചെന്നു നില്ക്കും. ഒന്നു രണ്ടു തവണ അതാവർത്തിച്ചപ്പോൾ ആലോചനകൾ വരുമ്പോൾ പിൻവാതിക്കൽ ഉമ്മ കാവൽ നിൽക്കുമായിരുന്നു. പിന്നീട് തുണിമാറുകയെന്ന് പറഞ്ഞു അകത്തുകയറും.

മുറികൾക്ക് വാതിലൊന്നും അന്നില്ലായിരുന്നു. ഒരു പഴയസാരികൊണ്ടുള്ള മറ മാത്രം. വിളിച്ചിട്ടും അവിടുന്ന് ഞാനിറങ്ങി വരില്ലായിരുന്നു. ഉമ്മ പിടിച്ചിറക്കി ഉടുത്തിരിക്കുന്ന മുഷിഞ്ഞ വസ്ത്രവുമായി അവർക്കു മുന്നിലേയ്ക്ക് എന്നെ എത്തിക്കും. അവർ എന്തെങ്കിലും ചോദിച്ചാൽ ഒന്നും പറയാതെ, കേൾക്കാത്ത ഭാവത്തിൽ എവിടെയെങ്കിലും നോക്കി നില്ക്കും. എനിക്കെന്തോ കുഴപ്പമുണ്ടെന്ന് തോന്നിക്കുന്നതിനു വേണ്ടിയായിരുന്നുവത്. ചിലരെല്ലാം അങ്ങനെ തന്നെ കരുതി.

വീട്ടുകാരെ മനപൂർവ്വം അപമാനിതരാക്കുകയായിരുന്നില്ല ഞാൻ. എന്നെ ഒരിക്കലും മറ്റൊരു വിവാഹത്തിന് നിർബന്ധിക്കരുതെന്ന് പറഞ്ഞിരുന്നു. അവർക്ക് ഇഷ്ടമല്ലാത്ത ബന്ധത്തിൽ നിന്നും ഞാൻ പിൻമാറി. അതുപോലെ എനിക്കിഷ്ടമല്ലാത്ത മറ്റൊരു ബന്ധത്തിന് എന്നെ നിർബന്ധിതയാക്കുന്നതിനോടുള്ള എന്റെ ഒറ്റയാൾ പോരാട്ടമായിരുന്നു. ബാപ്പ ദേഷ്യം തീരുവോളം എന്നെ മർദ്ദിച്ചിരുന്നു. ഇക്ക ക്രൂരമായി വെറുപ്പോടെ എന്നെ നോക്കും. (അതിൽ എല്ലാം ഉൾപ്പെട്ടിരിക്കും) ഉമ്മ ഏതു സമയവും എന്നെ പ്രാകികൊണ്ടിരിക്കും. അവർക്കു മുൻപിലൊന്നും ഞാൻ എതിർപ്പു പ്രകടിപ്പിക്കാതെ നിശബ്ദത പാലിച്ചു. അവസാനം എന്റെ ആ ഒരു നിർബന്ധത്തിനു മുൻപിൽ അവർ മുട്ടുമടക്കി. പിന്നീടൊരിക്കലും മറ്റൊരു വിവാഹത്തിന് ആരുമെന്നെ നിർബന്ധിച്ചിരുന്നില്ല.

പിന്നീട് നിന്റെ ബാപ്പയുടെ വിവാഹം നടത്തി. കുറച്ചു വർഷങ്ങൾക്കുശേഷം ഞങ്ങളുടെ ബാപ്പ മരിച്ചു. ഞാനിപ്പോഴും സുദർശന്റെ നിത്യപ്രണയിനിയാണ്. പിന്നെങ്ങനെ ഞാൻ മറ്റൊരാളുടെ ബീവിയാകും

ഹുതാ...'ഇടർച്ചയോടെ അമ്മായി പറഞ്ഞു.

'എന്നും ഞങ്ങൾ സംസാരിക്കും, ആലിംഗനത്തിലമരും. ശരീരമൊരു പങ്കും വഹിക്കാതെ മുൻപത്തേക്കാൾ പതിൻമടങ്ങായി പരസ്പരം ഓരോ നിമിഷത്തിലും ഞങ്ങൾ പ്രണയിക്കുന്നു. പിന്നെ എങ്ങനെ മാറി ചിന്തിക്കും ഹുതാ? എങ്ങനെ ചിന്തിക്കുമായിരുന്നു ഹുതാ ? കാലമെത്ര ഓടിയണഞ്ഞാലും ഖബറിലേയ്ക്ക് ഞാൻ മടങ്ങുംവരേയും എന്റെ ഖൽബിൽ അദ്ദേഹം മാത്രമേയുള്ളൂ.'

അവർ കരയുകയായിരുന്നു. തേങ്ങി കരയുകയായിരുന്നു. ഞാൻ അവരോട് ചേർന്നു കിടന്നു. അമ്മായിയുടെ കരച്ചിലോ ചിരിയോ ഏറെ സംസാരമോ, ജനിച്ചിത്രയും കാലം ഞാൻ കേട്ടിരുന്നില്ല. ആ നിശബ്ദതയുടെ ആഴം ഇന്നു മറനീക്കി പുറത്തുവന്നിരിക്കുന്നു. ഇത്രയും വ്യസനം അവർക്കുള്ളിൽ ഉണ്ടാകുമെന്ന് ഞാൻ അറിഞ്ഞിരുന്നില്ല. ആ പ്രണയതീവ്രതയിൽ എന്റെ മനസ്സും പിടച്ചു. ആ രാത്രി അമ്മായിക്കൊപ്പം ഉറക്കം വരാതെ നിദ്രയോട് ഗുസ്തി പിടിച്ചു നേരം വെളുപ്പിച്ചു. ഞാൻ ഉണർന്നു നോക്കുമ്പോൾ അമ്മായി എഴുന്നേറ്റു പോയിരുന്നു. അവരുടെ പതിവ് എന്നും അങ്ങനെയാണ്. പുലർച്ചെ പള്ളിയിൽ നിന്നും ബാങ്കുവിളികേട്ടാൽ സുബഹി നമസ്ക്കാരത്തിനായി അവർ എണീക്കും. എന്റെ ചിന്ത മുഴുവനും അമ്മായിയെ കുറിച്ചായിരുന്നു.

അവർ ഇന്നും പ്രണയിക്കുന്ന മനുഷ്യൻ. ജീവിച്ചിരുപ്പുണ്ടോ? അതോ മറ്റൊരു സ്ത്രീയുടെ ഭർത്താവാണോ ഇന്ന് എന്നൊന്നും അമ്മായിക്ക് അറിയില്ല. അതൊന്നും അവർക്കറിയുവാൻ താല്പ്പര്യവുമില്ല.

അവർ ഇന്നും നിത്യ പ്രണയിനിയാണ്. കാലമേറെയോടിയകന്നാലും ഖബറിലേയ്ക്ക് ഞാൻ മടങ്ങും വരേയും എന്റെ ഖൽബിൽ അദ്ദേഹം മാത്രമേയുള്ളൂ. എത്ര അതിതീവ്രമായിരിക്കും അവർക്കു അദ്ദേഹത്തോടുള്ള പ്രണയം.

പിറ്റേന്നു മുതൽ പതിവു നിശബ്ദതയിൽ അവരും. ഞങ്ങളുടെ പഠനവും മറ്റുമായി ഞങ്ങളും മുന്നോട്ട് നീങ്ങി . വലിയ പരുക്കുകളില്ലാതെ തട്ടിയും മുട്ടിയും കാര്യങ്ങൾ മുൻപോട്ടു പോകുമ്പോഴായിരുന്നു അത് സംഭവിച്ചത്.

ബാപ്പയ്ക്ക് പിന്നേയും അസ്വസ്ഥതകൾ കൂടി വന്നു. അടുത്തു തന്നെയുള്ള ഗവൺമെന്റ് ഹോസ്പിറ്റലിൽ ഡോക്ടറെ കാണിച്ചു മരുന്നുകൾ കഴിച്ചുകൊണ്ടിരുന്നെങ്കിലും വലിയ വ്യത്യാസമൊന്നും ബാപ്പയ്ക്ക് അനുഭവപ്പെട്ടിരുന്നില്ല. സ്ഥിരം നടുവേദനയ്ക്ക് പുറമേ ശ്വാസതടസ്സവും ബാപ്പയ്ക്ക് അനുഭവപ്പെട്ടിരുന്നു. അടിയ്ക്കടിയെന്നോണം അതു കൂടി വന്നു.

ഒരാഴ്ച്ച ഹോസ്പിറ്റലിൽ അഡ്മിറ്റ് ചെയ്തു. ചെറിയൊരാശ്വാസം ലഭിച്ചപ്പോൾ ബാപ്പ നിർബന്ധപൂർവ്വം വീട്ടിലേയ്ക്കു ഡിസ്ചാർജ്ജ് വാങ്ങി പോരുവാൻ ധൃതി കാട്ടി. വീട്ടിലെത്തി രണ്ടു ദിവസം കഴിഞ്ഞു.

അന്നു രാത്രി കഞ്ഞികുടിച്ചു കിടന്നതായിരുന്നു. ബാപ്പയിൽ നിന്നും അസാധാരണവിധം പുറത്തേയ്ക്കുവന്ന ഇക്കിൾ ശബ്ദം കേട്ടു ഞാനും ഹസീനയും ബാപ്പയ്ക്ക് അരികിലെത്തി. ബാപ്പ ശ്വാസംമെടുക്കാൻ കഴിയാതെ ബുദ്ധിമുട്ടുന്നു. ഹസീന ഉമ്മയേയും അമ്മായിയേയും വിളിച്ചു. അവർ ഓടി വന്നു. ഉമ്മ വണ്ടിവിളിക്കാൻ അമ്മായിയേയും ഹസീനയേയും പറഞ്ഞയച്ചു. മയപ്പുനേരമായിരുന്നു. മെയിൻ റോഡിൽ നിന്നും ചെറിയ ഇടവഴികൾ പിന്നിട്ടുവേണം ഞങ്ങളുടെ വീട്ടിലേയ്ക്ക് എത്തുവാൻ.

മെയിൻ റോഡിൽ ചെന്നുവേണം വണ്ടി വിളിച്ചു വരുവാൻ. വീട്ടിലേയ്ക്ക് കാറു വരുന്നതിനുള്ള വീതി റോഡിനില്ലായിരുന്നു. അതുകൊണ്ട് ഓട്ടോറിക്ഷയായിരുന്നു, അസുഖാവസ്ഥയിലും ഹോസ്പിറ്റലിൽ പോകുവാനായി ആശ്രയം.

അന്ന് ഇന്നത്തെപോലെ മൊബൈൽ ഫോൺ നാട്ടിൻപുറത്തൊന്നും ഇത്ര കണ്ടു പ്രചാരത്തിലായിരുന്നില്ല. നേരിട്ട് പോയ് തന്നെ വണ്ടി വിളിച്ചുകൊണ്ടുവരണം.

ഉമ്മയും ഞാനും കൂടി ബാപ്പയെ താങ്ങി ഉമ്മറത്തു കസേരയിൽ കൊണ്ടു വന്നിരുത്തി. ഉമ്മ ഉപ്പയ്ക്ക് കുടിക്കുവാനായി ചൂടുവെള്ളം എടുക്കുന്നതിനുവേണ്ടി അടുക്കളയിലേയ്ക്ക് പോയി. കസേരയിലിരുത്തി ബാപ്പയെ താങ്ങിപ്പിടിച്ചു നിന്ന എന്റെ കൈകളിലേയ്ക്ക് ബാപ്പ ചാഞ്ഞു. ബാപ്പയുടെ ഭാരം മുഴുവൻ എന്റെ കൈകളിലേയ്ക്കാഞ്ഞു. ബാപ്പയുടെ മരണത്തിന്റെ തണുപ്പ് എന്റെ കൈകളേയും മനസ്സിനേയും ഒരുപോലെ മരവിപ്പിച്ചു.

ആരേയും അറിയിക്കാതെ ഒരു കുടുംബത്തിന്റെ ഭാരം താങ്ങി താങ്ങി, സ്വന്തം ശ്വാസത്തിന്റെ ഗതി പോലും വലിയ്ക്കുവാനാകാതെ ബാപ്പ പോയിരിക്കുന്നു. ഞാൻ ഉമ്മയെ വിളിച്ചു. ഉമ്മ വെള്ളവുമായി ഓടി വന്നു. ഞാൻ ബാപ്പയെ എന്റെ ശരീരത്തോട് അമർത്തി പിടിച്ചിരിക്കുകയായിരുന്നു. ഉമ്മ ഉറക്കെ നിലവിളിച്ചു താഴേയ്ക്കിരുന്നു. ഹസീനയും അമ്മായിയും വണ്ടിവിളിച്ച് വരുമ്പോഴേയ്ക്കും ഉപ്പ മരണപ്പെട്ടിരുന്നു. ഉമ്മയുടെ അസമയത്തെ കരച്ചിൽ കേട്ടു അടുത്തുള്ളവർ ഓടി വന്നു. ഞങ്ങളെല്ലാവരും കൂട്ടക്കരച്ചിലായിരുന്നു. അപ്രതീക്ഷിതമായിരുന്നു ബാപ്പയുടെ മരണം. പ്രതീക്ഷയോടെ ഒരിക്കലും മരണത്തെ കാത്തിരിക്കുകയില്ലല്ലോ?

അവർ എന്നെ നോക്കി. അതെ എന്ന രണ്ടു വാക്കിൽ ഞാൻ മറുപടി യൊതുക്കി. ഹുതാ കണ്ണുകളടച്ചു. ഒരു ദീർഘനിശ്വാസത്തിലമർന്നു. കഴി ഞ്ഞകാലോർമകളിൽ അവർ നീറുന്നുവെന്ന് ഞാനറിഞ്ഞു. പിന്നീടു തുട ങ്ങുമ്പോൾ അവരുടെ ശബ്ദം വല്ലാതെ നേർത്തിരുന്നു.

റബ്ബ്, ബാപ്പയ്ക്ക് സ്വർഗ്ഗം നല്കിയിരിക്കും. ആകാശങ്ങളിലെ ആധി പത്യം അല്ലാഹുവിനാണ്. അല്ലാഹു നിങ്ങളെ സൃഷ്ടിച്ചു. പിന്നെ നിങ്ങ ളെ അവൻ മരിപ്പിക്കുന്നു. നിങ്ങളിൽ ചിലർ അങ്ങേയറ്റത്തെ വാർധക്യ ത്തിലേയ്ക്ക് തള്ളപ്പെടുന്നു. അറിയാവുന്ന അവസ്ഥയ്ക്കുശേഷം ഒന്നും അറിയാത്ത സ്ഥിതിയിലെത്താൻ. അല്ലാഹു എല്ലാം അറിയുന്നവനാണ്, എല്ലാറ്റിനും കഴിവുറ്റവനും. ആശ്വാസം കൊള്ളുക തന്നെ വേണം. മരണം അനിവാര്യമാണല്ലോ?.

എളേപ്പയെ വിവരമറിയിച്ചു. ബന്ധുക്കളെല്ലാം വന്നെത്തി. പള്ളിയിൽ നിന്നും മെയ്ലേക്കന്മാരെത്തി. ബാപ്പയുടെ ഏറ്റവും അടുത്ത ബന്ധുക്ക ളെല്ലാം മയ്യിത്ത് നിസ്കാരത്തിന് നേതൃത്വം നല്കി.

നാലുതക്ബീർ ചൊല്ലി എല്ലാവർക്കും വേണ്ടി ദുആ ചെയ്തു സലാം വീട്ടി ബാപ്പയും പരലോകത്തിന്റെ കവാടത്തിലേയ്ക്കു യാത്രയായി.

ഞങ്ങൾ നാലുപേരും ആശ്രയമറ്റവരായി തീർന്നു. വീട്ടിലെ എല്ലാ കാര്യങ്ങളും ബാപ്പ തന്നെയായിരുന്നു ചെയ്തുപോന്നിരുന്നത്. അതു കൊണ്ട് തന്നെ ഉമ്മയ്ക്ക് ഒന്നും അറിവില്ലായിരുന്നു. ബാപ്പ പോയതോ ടെ നട്ടപ്പാതിരയ്ക്ക് ദിശയറിയാതെ വട്ടം തിരിയുന്ന അവസ്ഥയായി ഉമ്മ യുടേത്,ഒപ്പം ഞങ്ങളും.

അധിക സമയം ബാപ്പയെ വീട്ടിൽ കാണാറില്ല. ഏതു സമയം എന്തെ ങ്കിലുമൊക്കെ കാര്യത്തിനായി പുറത്തായിരിക്കും. വീട്ടിലുള്ള സമയത്ത് മാഷേ, ഒന്നു പറയാനുണ്ട്. വന്നേയെന്നും പറഞ്ഞ് ആരെങ്കിലുമൊക്കെ കൂട്ടി കൊണ്ടും പോകും. ഉമ്മറത്തിരുന്നാൽ നടന്നു വരുന്ന ബാപ്പയുടെ ചെരുപ്പിന്റെ ശബ്ദം കേൾക്കാം. നീലവള്ളിയുള്ള ഹവായ് ചെരുപ്പിന്റെ ശബ്ദം. ബാപ്പ നടക്കുമ്പോൾ അങ്ങനെയായിരുന്നു. ചെരുപ്പുകൾക്കടി യിൽ നിന്നും ടപേ ടപേയെന്നുള്ള വലിയ ശബ്ദം കേൾക്കാമായിരുന്നു. തേഞ്ഞുതീരാറായ ആ ചെരുപ്പുപോലെ ബാപ്പയുടെ ജീവിതവും തേഞ്ഞു തീരുകയായിരുന്നു. ആരേയും ഒന്നും അറിയിക്കാതെ എങ്ങനെയൊക്കെ യോ ഭാരങ്ങൾ വലിച്ചുകൊണ്ടുപോവുകയായിരുന്നു. സ്വന്തം ആരോഗ്യ ത്തിൽ പോലും ശ്രദ്ധയെടുക്കാതെ ദാരിദ്ര്യമറിയാതെ ബാപ്പ ഞങ്ങളെ പോറ്റിയിരുന്നു. പലഹാരങ്ങളില്ലെങ്കിലും, ചോറും കറിയും മുടക്കം വരു ത്തിയില്ല. പഠനം വഴിമുട്ടാതെ നടന്നു പോയിരുന്നു. ബാപ്പയുടെ മരണ

ശേഷം ഉമ്മയുടെ ബന്ധുക്കളിൽ നിന്നും മറ്റും ചെറിയ സഹായങ്ങൾ ലഭിച്ചിരുന്നു. പതിയെ അതും നിലച്ചു.

എന്നും മറ്റുള്ളവരുടെ സഹായമുണ്ടാവുകയില്ല എന്നുമൊരു തണൽ മരം ഒരാശ്രയമല്ല. അതും ഒരുനാൾ കടപുഴകി വീഴും. ജീവിച്ചേ മതിയാകുമായിരുന്നുള്ളൂ. തൊടിയിലെ ചേമ്പിൻ താളും വിത്തും, മുരിങ്ങയും സ്ഥിരം വിഭവമായി. പഠനവും മറ്റു ചിലവുകളുണ്ട്. നാലു സ്ത്രീകൾ മാത്രമാണ്. ബാപ്പ റിട്ടയർ ആയ സമയത്ത് ഓലമേഞ്ഞ മേൽക്കൂരകൾ മാറ്റി ഓടാക്കിയിരുന്നു. അതുകൊണ്ട് മഴക്കാലമായാൽ ചോരാതെ ഇഴഞ്ഞു നീങ്ങുന്ന ചേര പാമ്പുകളെ കണ്ടു പേടിക്കാതെ കിടന്നുറങ്ങാമായിരുന്നു. ഉമ്മയും അമ്മായിയെപ്പോലെ നിശബ്ദതയെ സ്നേഹിച്ചു തുടങ്ങിയിരുന്നു. പഠനം വഴി മുട്ടിയതുപോലെയുള്ള അവസ്ഥയായി. ബാപ്പ മരിച്ചു നാല്പ്പൊത്തിയൊന്നു കഴിഞ്ഞതിനുശേഷം എളേപ്പയും കുടുംബവും വീട്ടിലേയ്ക്ക് വന്നു. കയ്യിൽ പലഹാര പൊതികളും മറ്റു അത്യാവശ്യ വീട്ടു സാധനങ്ങളും അവർ കൊണ്ടു വന്നിരുന്നു. ഹസീനയ്ക്ക് ഒരു വിവാഹലോചനുമായിട്ടായിരുന്നു അവർ എത്തിയിരുന്നത്.

എളേമ്മയുടെ ബന്ധത്തിലുള്ള ഒരു പയ്യനായിരുന്നു ആലോചന. സ്വപ്നം കാണുവാൻ സാധിക്കാത്ത തരമുള്ള ബന്ധമാണ് ഇത്താത്ത, എളേമ്മ ഉമ്മയോട് പറഞ്ഞു. ഒന്നും കൊടുക്കേണ്ട., ഹസീനയെ കെട്ടിച്ചു വിടുക മാത്രം ചെയ്താൽ മതി. നിങ്ങളുടെ അവസ്ഥ മനസ്സിലാക്കി ഞാനാണ് അവരെ ഇതിലോട്ട് വഴി തിരിച്ചുവിട്ടത്. ഇക്കാര്യം പറഞ്ഞപ്പോൾ നിങ്ങളോട് വന്നു സംസാരിച്ചു വിവരം പറയാനാണവർ പറഞ്ഞത്.

ഉമ്മ ഒന്നും പറയാതെ അമ്മായിയെ നോക്കി. അതു കണ്ട് എളേപ്പ പറഞ്ഞു. ഒരാൾ ഇവിടെ നിൽപ്പുണ്ട്. വിത്തിനിട്ട മത്തങ്ങപോലെ , അതുപോലെയാകേണ്ട ഇത്ത. ഇക്കയെ ഓർത്താണ് ഞങ്ങൾ ഇതിനു നില്ക്കുന്നത്. അമ്മായി മറുപടി നല്കാതെ അകത്തേയ്ക്കു പോയി.

ഉമ്മ നാളെ പറയാം സീനത്തേയെന്നു എളേമ്മയോട് പറഞ്ഞു.

അവർ പോകുന്ന നേരത്ത് ഉമ്മയുടെ കയ്യിൽ കുറച്ചു പണവും കൊടുത്തിരുന്നു. അന്നു വീട്ടിൽ അതേക്കുറിച്ചായിരുന്നു സംസാരം. ഉമ്മ അമ്മായിയോട് ആലോചിച്ചു. അവർ വന്നിട്ടു കണ്ടിഷ്ടപ്പെട്ടാൽ ഒന്നും വേണ്ടായെന്നുപറഞ്ഞാലും എന്തെങ്കിലും കൊടുക്കേണ്ടേ?. വിവാഹം കഴിഞ്ഞാൽ അടുക്കള കാണൽ പേറ്, തീണ്ടാരി, അങ്ങനെ മേൽക്കുമേൽ ചിലവുവരും. കടം വാങ്ങി ഇടം ചെയ്യേണ്ടി വരില്ലേ നസീറാ, ഉമ്മ അമ്മായിയോട് പറഞ്ഞു.

അവർ വന്നു കാണട്ടെ ഇത്താ. എന്നിട്ടു മതിയില്ലേ വേവലാതി കൊള്ളുന്നത്. ഹസീനയോട് ചോദിക്ക് അവളുടെ അഭിപ്രായം.

അഭിപ്രായം ചോദിക്കലിൽ, ഹസീന ഉമ്മയുടെ ഇഷ്ടമെന്ന മറുപടി മാത്രം നല്കി. കുട്ടികളുടെ ബാപ്പ ഉണ്ടായിരുന്നെങ്കിൽ എനിക്ക് ഈ ആവലാതിയുടെ ആവശ്യമില്ലായിരുന്നു റബ്ബേ, റബ്ബിന്റെ കാവൽ അൽഹം ദുലില്ലാഹ്. ഉമ്മയുടെ പ്രാർത്ഥന എന്നും റബ്ബിനോടായിരുന്നു. പിറ്റേന്ന് എളേപ്പയോട് പയ്യനോടും കുടുംബത്തോടും ഹസീനയെ വന്നു കാണുവാൻ പറയുവാൻ തീരുമാനിച്ചു.

അന്നു രാത്രി കിടക്കുമ്പോൾ ഞാൻ ഹസീനയെ വിളിച്ചു. ഹസീനാ, നീയെന്താ ആലോചിക്കുന്നത്.

'ഒന്നുല്ലാ ഹുതാ'

'നിനക്ക് ഒരു കാര്യത്തിലും അഭിപ്രായം ഇല്ലേ,'

'എന്ത് അഭിപ്രായം?'

'നിന്റെ ജീവിതത്തോട് ഇഷ്ടങ്ങളോട്, ഒന്നിനോടും ഒരു വികാരങ്ങളും നിനക്കില്ലേ.'

'എന്തിനാണ് അഭിപ്രായങ്ങൾ എന്തിനാണിഷ്ടാനിഷ്ടങ്ങൾ ഇതെല്ലാം പേറി നടന്നാൽ അതനുസരിച്ചു ജീവിക്കാൻ കഴിയണം. അതിനു സാധിക്കുമോ? അഭിപ്രായങ്ങളില്ലാതെ, ഇഷ്ടങ്ങളും, അനിഷ്ടങ്ങളുമില്ലാതെ മുൻപോട്ടു പോയാൽ ഇച്ഛാഭംഗം ഒരിക്കലും നേരിടേണ്ടി വരികയില്ല.'

അതു പറഞ്ഞവൾ എന്റെ മറുപടിയ്ക്ക് ചെവികൊടുക്കാതെ തിരിഞ്ഞു കിടന്നു. എന്തോ അതിനൊരു പൂർണ്ണതയിലുള്ള ഉത്തരം നല്കുവാനെനിക്കു അന്നു കഴിഞ്ഞിരുന്നില്ല.

ഞായറാഴ്ച്ച അവധി ദിനമായതിനാൽ എളേപ്പ ചെറുക്കനേയും കൂട്ടി ഹസീനയെ കാണുവാൻ വന്നു. കൂടെ അയാളുടെ ബാപ്പയും ഉണ്ടായിരുന്നു.

വെളുത്ത് സുന്ദരനായ ചെറുപ്പക്കാരൻ. പോക്കറ്റിൽ ഒരു പേനകുത്തി വച്ചിരിക്കുന്നു. പക്വതയില്ലാതെ ഒരു അമൂൽ ബേബി പ്രകൃതം. എപ്പോഴും ചിരിച്ചിരിക്കുന്നു. എളേപ്പ വന്നവരെ ഉമ്മയ്ക്ക് പരിചയപ്പെടുത്തി. ഉമ്മ ഹസീനയെ വിളിച്ചു. ചെറുക്കന്റെ ബാപ്പയായിരുന്നു എല്ലാം ചോദിച്ചിരുന്നത്. അപ്പോഴും ചെറുക്കൻ ചിരിച്ചുകൊണ്ടിരിക്കുന്നു.

സുന്ദരനായ റഷീദ് എന്ന ആ ചെറുപ്പക്കാരനെ എല്ലാവർക്കും ഇഷ്ടമായി. ഹസീനയെ അവർക്ക് ബോധിച്ചു.

ചെറുക്കന്റെ വീടു കാണുവാൻ ഞങ്ങളെ ക്ഷണിച്ചു. അവർ അതി

നുശേഷം ബാക്കി കാര്യങ്ങൾ സംസാരിക്കാമെന്ന് പറഞ്ഞു. ചെറുക്കന്റെ വീട്ടിലേയ്ക്ക് എളേപ്പയാണ് ഞങ്ങളെ കൊണ്ടു പോയത്. ഉമ്മയും അമ്മായിയും ഞാനും ഉണ്ടായിരുന്നു. രണ്ടു മണിക്കൂർ യാത്ര കഴിഞ്ഞ് അവിടെ ചെന്നിറങ്ങിയ ഞങ്ങൾ അമ്പരന്നു. ഞങ്ങൾക്ക് സങ്കല്പ്പിക്കാൻ കഴിയാത്ത ഒരു ഇടമായിരുന്നു അവിടം. വിശാലമായ ടൈൽപാകിയ മുറ്റം. അവിടെ രണ്ടു കാറുകൾ ഞങ്ങൾ കണ്ടു. അകത്തു നിന്നു ചെറുക്കന്റെ ബാപ്പയും ഉമ്മയും ഉമ്മറത്തേയ്ക്കു വന്നു ഞങ്ങളെ അകത്തേയ്ക്കു കൂട്ടി കൊണ്ടു പോയി. ഞങ്ങളുടെ വീടിന്റെ മൊത്തവിസ്തീർണ്ണമായിരുന്നു ആ ഹാൾ.

ഉപ്പയും, ഉമ്മയും, ജ്യേഷ്ഠ ഭാര്യയും ഞങ്ങളെ സൽക്കരിച്ചു. കശുവണ്ടിയും, ബദാമും, പിസ്തയും, മധുരപലഹാരങ്ങളും, ജ്യൂസും ഞങ്ങൾക്ക് മുൻപിൽ നിരത്തി.

'റഷീദ് എവിടെ?'

ഉമ്മ അന്വേഷിച്ചു. റഷീദും ജ്യേഷ്ഠനും കൂടി പുറത്തുപോയിരിക്കുകയാണ്. ജ്യേഷ്ഠ ഭാര്യ മറുപടി നല്കി. സൽക്കാരം സ്വീകരിച്ച് അവിടെ നിന്നിറങ്ങിയ ഞങ്ങൾ സംതൃപ്തരായിരുന്നു. മടങ്ങും വഴി എളേപ്പയോട് ഉമ്മ പറഞ്ഞു.

നാസറേ, എല്ലാം റബ്ബിന്റെ കരുണ അല്ലേ?. അതിനു എളേപ്പ മറുപടി നല്കിയിരുന്നില്ല. വീട്ടിലെത്തി. ഹസീനയോട് ഉമ്മ വാതോരാതെ അവരുടെ കേമത്വം വിളമ്പി. അവളുടെ ഭാവം പതിവുശൈലി തന്നെ.

അന്നു രാത്രി ഉമ്മയെ കാണാൻ എളേപ്പയെത്തി.

'നിക്കാഹ് ഉടനെതന്നെ നടത്താമെന്നും പോക്കുവരവൊന്നും ഇനി വേണ്ടെന്നും അവർ പറയുന്നു. ഇവിടുത്തെ അവസ്ഥയെല്ലാം അവർക്കറിയാമല്ലോ. കേട്ടപ്പോൾ അതൊരു നല്ല തീരുമാനമാണെന്ന് എനിക്കും തോന്നി. അതുകൊണ്ട് അവരുടെ തീരുമാനത്തോട് നമുക്കും യോജിക്കാം അല്ലേ, ഇത്താ.'

ഉമ്മ സമ്മതം മൂളി, പിന്നാലെ ഒരു ചോദ്യവും. 'പക്ഷേ, നാസറെ'

ഉമ്മയുടെ ഉദ്വേഗം നിറഞ്ഞ വിളികേട്ട് എളേപ്പ പറഞ്ഞു.

'ഹസീനയെ മാത്രമേ അവർ ചോദിച്ചുള്ളൂ.'

ഇത്താത്ത ബേജാറാവണ്ടാ. എളേപ്പ ഉമ്മയെ ആശ്വസിപ്പിച്ചു.

ഉമ്മ ആശ്വസിച്ചു. ഞങ്ങളുടെ ഈ ഭാഗ്യം കാണാൻ ബാപ്പയ്ക്ക് യോഗമില്ല്യാണ്ടായല്ലോ, ന്റെ റബ്ബേ. ഉമ്മ പറഞ്ഞുകൊണ്ടിരുന്നു.

എല്ലാം എളേപ്പയുടെ നേതൃത്വത്തിലും ചെറുക്കൻ വീട്ടുകാരുടെ ഇഷ്ടത്തിനൊത്തുമായിരുന്നു തീരുമാനങ്ങളും നടത്തിപ്പും. കാഴ്ചക്കാരുടേ

തുപോലെ ഞങ്ങൾ നാലു ജന്മങ്ങൾ.

നിക്കാഹിന് ദിവസം നിശ്ചയിച്ചു. ബാപ്പയില്ലാത്തതിന്റെ അഭാവം നിഴലിക്കുന്നുണ്ടായിരുന്നു. ബാപ്പയുടെ നിശബ്ദ സഞ്ചാരം ഞങ്ങൾക്കു ചുറ്റിലും ഒരു ബലമായിരുന്നു.

നിക്കാഹിന് ഒരാഴ്ച്ച മുമ്പേ ഉമ്മയും അമ്മായിയും തമ്മിൽ ഹസീനയ്ക്ക് എന്തെങ്കിലും കൊടുക്കാതെ നമ്മളെങ്ങനെ ഇറക്കി വിടുമെന്ന ചർച്ചകൾ കൊണ്ടു പിടിച്ചു നടന്നു. അവസാനം തീരുമാനത്തിലെത്തി. അമ്മായിയുടേയും, ഉമ്മയുടേയും കയ്യിലുള്ള ചെറിയ പൊന്നരുപ്പടികൾ കൊണ്ടുപോയി മാറ്റി വാങ്ങിക്കുക. എല്ലാം കൂടി ഒരു നാലുപവൻ വരും അവർ കണക്കു കൂട്ടി.

അടുത്തുള്ള ടൗണിൽ പോകണം. മാറ്റി വാങ്ങിക്കുവാൻ. ഉമ്മയും, അമ്മായിയും ഓട്ടോ ചാർജ്ജ് കണക്കു കൂട്ടി.

'അതു മൊതലാവുകയില്ല നസീറ.' ഉമ്മ പറഞ്ഞു.

'ഒരു അഞ്ചു കിലോമീറ്റർ കാണും ഇത്താത്ത നമുക്ക് നാളെ നേരത്തെ ഇറങ്ങാം. എന്റെ കയ്യിൽ ഒരായിരം ഉറുപ്പികയോളം കാണും ഇത്താത്ത. ഉമ്മയെ കാണാൻ ഓരോരുത്തര് വന്നപ്പോൾ കൊടുത്തിരുന്നതൊക്കെയും ഇക്ക വാങ്ങാത്തതോണ്ട് ഞാൻ സൂക്ഷിച്ചു വച്ചിട്ടുണ്ട്. എല്ലാം സ്വരുകൂട്ടി നോക്കാം.'

ഞാനും അവർക്കൊപ്പം കൂടി. അമ്മായി തുണികൾ വയ്ക്കുന്ന ഇരുമ്പുപെട്ടി തുറന്നു ചുമന്ന പെയന്റടിച്ച ഒരു ഇരുമ്പുപെട്ടിലായിരുന്നു അമ്മായിയുടേയും ഉമ്മുമ്മയുടേയും തുണികൾ സൂക്ഷിച്ചിരുന്നത്. മുണ്ടും പെട്ടിയെന്നാണ് ഞങ്ങളതിനു പറയാറുള്ളത്. ബാപ്പയ്ക്കും ഉമ്മയ്ക്കും എനിക്കും ഹസീനക്കുമുണ്ടായിരുന്നു ഓരോ മുണ്ടും പെട്ടികൾ.

അമ്മായി പെട്ടി തുറന്നു. തുണികൾക്കിടയിൽ നിന്നും ഉമ്മുമ്മയുടെ ഒരു തട്ടമെടുത്തു. ഒരു നിധിയെടുക്കുന്ന ഭാവത്തോടെ ഞാനും ഉമ്മയും നോക്കി നിന്നു. എടുത്ത തട്ടത്തിൽ നിന്നും കുറച്ചു നോട്ടുകൾ പുറത്തെടുത്തു. എല്ലാം കൂട്ടി നോക്കി. ഇരുപതുറുപ്പികയും പത്തുറുപ്പികകളുമായിരുന്നു ഒന്നാമതും രണ്ടാമതും സ്ഥാനത്ത്, പിന്നെ അമ്പതുറുപ്പിക, നൂറുറുപ്പിക ഒന്നോ രണ്ടോ എണ്ണം. എല്ലാം എണ്ണി തിട്ടപ്പെടുത്തിയപ്പോൾ ആയിരം തികഞ്ഞില്ലായിരുന്നു.

'ആയിരം തികയില്ലല്ലോ ഇത്താത്ത.' അമ്മായി വ്യസനത്തോടെ പറഞ്ഞു.

'ഉള്ളതുകൊണ്ട് സബൂറാകാം നസീറാ. നീ നിന്റെ അത്യാവശ്യങ്ങൾ പോലും മാറ്റി വച്ചു സ്വരൂപിച്ചതുകൊണ്ടല്ലേ ഇന്നൊരു കാര്യമായത്.'

'എന്റെ കയ്യിലൊരു ഓട്ട മുക്കാലണ പോലുമില്ല.' ഉമ്മ സങ്കടം പറഞ്ഞു.

പിറ്റേന്നു വെയിലു ചൂടാകുന്നതിനു മുമ്പ് ഉമ്മയും, അമ്മായിയും ടൗണിലേയ്ക്ക് നടന്നു. എന്നെ ഹസീനയ്ക്കു കൂട്ടിരുത്തി. നിക്കാഹ് ഉറപ്പിച്ച പെണ്ണല്ലേ . ഒറ്റയ്ക്കിരുത്തണ്ട ഉമ്മ പോകുന്നതിന് മുമ്പ് പറഞ്ഞു. ഒറ്റയ്ക്കായിപ്പോൾ ഞാൻ ഹസീനയോട് പറഞ്ഞു. നിനക്ക് ഭാഗ്യം ഉണ്ട് ഹസീന നല്ല കുടുംബം. എപ്പോഴും ചിരിച്ചു കൊണ്ടിരിക്കുന്ന അല്പം പോലും ദേഷ്യഭാവം പ്രകടിപ്പിക്കാത്ത ഭർത്താവും എല്ലാം കൊണ്ടു നീ ഭാഗ്യവതിയാണ്.

കാരണം നമ്മുടെ സ്ഥിതി ഇങ്ങനെ ഒരവസ്ഥയായതുകൊണ്ട് മാത്രം. റഷീദ്യ്ക്ക ഒന്നു സംസാരിച്ചു കാണാൻ പറ്റിയില്ലാ അല്ലേ ഹസീന.?

ആ ചോദ്യത്തിന് അവൾ പറഞ്ഞു.

'അതെ ഒന്നും സംസാരിച്ചില്ല. ഇങ്ങനെ ഒരു കുടുംബവുമായി എങ്ങനെ പൊരുത്തപ്പെട്ടുപോകും ഹുതാ, നമ്മുടെ ജീവിതരീതിയിൽ നിന്നും വളരെ വ്യത്യസ്തമായിരിക്കും അവിടം. എന്തോ ഒരു ഭയം.'

ഹസീന ഉള്ളിലെ വിഷമങ്ങൾ തുറന്നു കാണിക്കാത്തവളാണ്. നല്ല ആകുലതയുണ്ടായിരുന്നു അവൾക്ക്. ഞാൻ ഹസീനയെ ആശ്വസിപ്പിച്ചു.

'അവിടെ ഉമ്മയും ജ്യേഷ്ഠഭാര്യയുമുണ്ടല്ലോ, അവർ എല്ലാം മനസ്സിലാക്കിത്തരും. പിന്നെ റഷീദ്യ്ക്കയുണ്ടല്ലോ?. നമ്മുടെ സ്ഥിതിഗതികൾ അവർ അറിഞ്ഞുകൊണ്ടുള്ള തീരുമാനമല്ലേ?'

'എങ്കിലും ഇങ്ങനെയൊരു ബന്ധം എടുക്കുവാൻ അവർക്കെന്താണ് താല്പര്യം?' ഹസീനയുടെ ആ ചോദ്യം കേട്ടപ്പോഴായിരുന്നു എനിക്കും അങ്ങനെയൊരു ചോദ്യം ഉള്ളിലുണർന്നത്.

ഞാനും ഹസീനയും അതു ചർച്ച ചെയ്തു. ഞങ്ങളിലത് അങ്കലപ്പായി അവശേഷിച്ചു. ഉമ്മയും അമ്മായിയും വരുവാനായി ഞങ്ങൾ കാത്തിരുന്നു.

അങ്കലാപ്പ് സംശയത്തിന്റെ വിഷമയം ഞങ്ങൾക്കുള്ളിൽ പടർത്തി. ആ വിഷം തുപ്പി ഛർദ്ദിച്ചവശരാകും മുമ്പേ അമ്മായിയും, ഉമ്മയുമെത്തി. ആ വിഷമയം ഞങ്ങൾ അവരിലേയ്ക്കു പടർത്തി. അവരിലും ആ ഇരുണ്ട നീലമയം പടർന്നു. സന്തോഷം കെട്ടമർന്നു കുറച്ചു നിമിഷനേരത്തേയ്ക്കു മാത്രം. ഉമ്മ ആ വിഷത്തിനു വൈദ്യം കല്പ്പിച്ചു. എളേപ്പ, എളേപ്പയോട് ചോദിച്ചു സംശയനിവാരണം നടത്താം. എളേപ്പയോട് വിവരങ്ങൾ തിരക്കണമെങ്കിൽ അവരുടെ വീട്ടിലേയ്ക്ക് തന്നെ പോകണം. അന്നേരം ഈ ബുദ്ധിയും സംശയമൊന്നും ആരുടെ തലേലും ഉദി

ച്ചില്ലല്ലോ റബ്ബേ. ഇതിപ്പാ ആകെ എടങ്ങേറായി...

ഇതുങ്ങളുടെ ബാപ്പയുണ്ടായിരുന്നെങ്കിൽ ഉമ്മ പകുതിയിൽ വാക്കുകൾ മുറിച്ചു.

ജോസേട്ടന്റെ ഓട്ടോയിൽ പോയാലോ ഉമ്മ. ഞാൻ ചോദിച്ചു. വീടിനു കുറച്ചുമാറിയാണ് ജോസേട്ടന്റ വീട്. ഉച്ചയൂണിന് ജോസേട്ടൻ വീട്ടിലെത്തും. ഊണു കഴിഞ്ഞ് തിരിച്ചു പോകുമ്പോൾ അതിൽ എളേപ്പയുടെ വീട്ടിൽ പോകാം. ജോസേട്ടൻ മടക്കോട്ടമായതിനാൽ കാശ് മേടിക്കുകയില്ല ഉമ്മാ.

ഉമ്മ അതു ശരി വച്ചു.

അന്നു ഉച്ചയൂണിന് പൊതുവെ നിശബ്ദരായ എല്ലാവരും ഒന്നു കൂടെ ആഴമേറിയ നിശബ്ദതയിലേയ്ക്ക് കൂപ്പുകുത്തി.

കഴിച്ചെന്നു വരുത്തി എല്ലാവരും എണീറ്റു. ഉമ്മ ജോസേട്ടന്റെ വീട്ടിലേയ്ക്കിറങ്ങുവാൻ മുറ്റത്തേയ്ക്കിറങ്ങി. അന്നേരം എളേപ്പ പടികടന്നു വരുന്നു. എളേപ്പയെ കണ്ടതും എല്ലാവരിൽ നിന്നും ഒരാശ്വാസ നിശ്വാസമുതിർന്നു വീണു. എളേപ്പയോട് ഇന്നും നീരസ മനോഭാവം വച്ചു പുലർത്തുന്ന അമ്മായിയിൽ നിന്നും പോലും.

മുറ്റത്തേയ്ക്കിറങ്ങുന്ന ഉമ്മയെ കണ്ടപ്പോൾ എളേപ്പ ചോദിച്ചു. ഇത്താത്ത എങ്ങോട്ടാ പോകുന്നത് ഈ നട്ടുച്ചയ്ക്ക്. ഞാൻ നാസറെ കാണാൻ കുടിയിലോട്ട് ഇറങ്ങിയതാ.  ജോസിന്റെ ഓട്ടോ പോകുന്നുണ്ടെങ്കിൽ അതിൽ കയറി വരാമെന്നു കരുതി.

'എന്താപ്പോ, എന്തേലും പ്രത്യേകിച്ചുണ്ടോ ഇത്താത്ത?'

'അത്........... നാസറേ' തുടക്കം കുറിക്കുവാനാകാതെ ഉമ്മ വാക്കുകൾ വിഴുങ്ങി.

'കുത്തിയിരിക്ക് നാസറേ.' ഉമ്മ തിരിച്ചു വീട്ടിലേയ്ക്കു കയറി.

എളേപ്പ വീണ്ടും കാര്യം തിരക്കി

ഉമ്മ ഒറ്റ ശ്വാസത്തിൽ കാര്യം അവതരിപ്പിച്ചു.

'ഇത്രേം കാശുള്ളോര് ഇങ്ങനെ ഒരു ബന്ധത്തിന് ഒരുങ്ങിയെതെന്തേ?. എന്നൊരു സംശയം?'

'ആർക്കാണ് സംശയം.?' എളേപ്പ ഉമ്മയോട് ചോദിച്ചു.

'എല്ലാരുടേയും മനസ്സിലൊരു ആ സംശയം തലപൊക്കി നിൽക്കുന്നു.'

'നേരത്തേ ഈ സംശയം ഉദിക്കാനുള്ള ബുദ്ധിയൊന്നും ഇവിടാർക്കും ഉണ്ടായിരുന്നില്ലേ. ഇപ്പോ പുതിയതായി പൊട്ടി മുളച്ചതാണോ ഈ ബുദ്ധി. എളേപ്പ ഒരു പരിഹാസ ചിരിയോടെ പറഞ്ഞു. അട്ടയെ പിടിച്ച് മെത്തയിൽ കിടത്തിയാലും അത് പൊട്ടകുളം തേടി പോകുമെന്ന് പറ

യുന്നത് എത്ര ശരിയാണ്.

ഇത്താത്ത ബേജാറാകേണ്ട. ഹസീനയെ കെട്ടിച്ചുവിടാൻ സമ്മതമ ല്ലെങ്കിൽ വേണ്ട. അവർക്ക് വേറെ ബന്ധുത്വം കിട്ടാതെയല്ല ഇവിടെ തേടി പ്പിടിച്ച് വന്നത്. സീനത്തിന്റെ നല്ല മനസ്സാണ് അവരെ ഇവിടെ എത്തി ച്ചത്.

അവർ നിക്കാഹിന്റെ തിയ്യതി കുറിക്കും വരെ ഇതൊന്നും ഇത്താ ത്തയുടേയും മക്കളുടേയും സംശയത്തിന്റെ നിഴലിൽ വന്നില്ലായിരുന്നോ. വേണ്ടെങ്കിൽ ഇപ്പാൾ വേണ്ടെന്നു വയ്ക്കണം. നിക്കാഹ് കഴിഞ്ഞ് പി ന്നെ അതും ഇതും പറഞ്ഞ് പൊല്ലാപ്പിന് നടക്കാൻ ഇവിടെ നേരമില്ല.'

എളേപ്പ ദേഷ്യത്തോടെ പറഞ്ഞു നിർത്തി.

'ഒരു സംശയം ചോദിച്ചതാണു നാസറെ. സമ്മതക്കുറവൊന്നുമില്ല. എല്ലാം തീരുമാനിച്ചതുപോലെ നടക്കട്ടെ.'

എളേപ്പ ഒന്നമർത്തി മൂളി ഇറങ്ങി നടന്നു. നടക്കുന്നതിനിടയിൽ ഇവി ടെ നിന്ന് മൂത്തു നരയ്ക്കേണ്ടതെന്ന് കരുതിയിട്ടാണെന്ന് പറയുന്നുണ്ടാ യിരുന്നു.

എളേപ്പ പോയി കഴിഞ്ഞതിനുശേഷം ഉമ്മ പറഞ്ഞു.

'എന്ത് ചെയ്യും റബ്ബേ, തീക്കനലാണല്ലോ ഉള്ളില്. ഉള്ളിലുള്ളത് അക ത്തേയ്ക്ക് എടുക്കാനും വയ്യ. പുറത്തേയ്ക്ക് തള്ളാനും പറ്റുന്നില്ല. ചങ്കിൽ കുടുങ്ങിയ അവസ്ഥയാണല്ലോ റബ്ബേ. ഇതുങ്ങളുടെ ബാപ്പ ഉണ്ടായിരു ന്നെങ്കിൽ...'

ഉമ്മ തേങ്ങി പോയിരുന്നു.

അമ്മായിയും ഹസീനയും ഒന്നും പറയാതെ അകത്തേയ്ക്കു പോയി.

ആ സംശയവും സംസാരവും അവിടെ അവസാനിച്ചു. കുഴഞ്ഞു മറി ഞ്ഞ ചിന്തയോടെ ഉമ്മറത്തിണ്ണയിൽ ഞാനിരുന്നു.

ഉപ്പയുടെ മരണം നടന്നു അധികനാൾ പിന്നിടാത്തതിനാൽ ആഘോ ഷങ്ങൾക്ക് പ്രാധാന്യം നൽകേണ്ടയെന്ന് ചെറുക്കന്റെ വീട്ടുകാർ അഭി പ്രായം പറഞ്ഞിരുന്നു. ഞങ്ങളുടെ മനസ്സറിഞ്ഞ അഭിപ്രായം തന്നെയാ യിരുന്നത്.

നിക്കാഹിന് ഞങ്ങൾക്കേറെ ഒരുക്കങ്ങൾ ഉണ്ടായിരുന്നില്ല. നിക്കാ ഹിന് ഇറങ്ങുന്നതിന് മുമ്പ് ഞങ്ങൾ ബാപ്പയെ ഓർത്തു. ഹസീനയുടെ ഭാവം എന്നെ തളർത്തി. പൊതുവെ നിശബ്ദയായിരുന്ന അവളുടെ കണ്ണു കൾ നിറഞ്ഞൊഴുകി. പ്രകമ്പനങ്ങളേതുമില്ലാതെ നിശബ്ദതയോടെയു ള്ള നിറഞ്ഞൊഴുക്ക്. ഹസീനയ്ക്ക വിവാഹമൂല്യം നിശ്ചയിക്കാതെയു ള്ള മഹറായിരുന്നു ചെറുക്കൻ കൊടുത്തത്. ഒരു കൊട്ടപൊന്നെന്ന് പറ

യുവാൻ തോന്നുമത്രയും പൊന്ന്. നിക്കാഹിന് ഹസീനയ്ക്ക് ധരിക്കുവാനുള്ള വിലകൂടിയ വസ്ത്രങ്ങൾക്കു പുറമേ ഞങ്ങൾക്കു മൂന്നുപേർക്കും കൂടി അവർ വസ്ത്രങ്ങൾ കൊടുത്തയച്ചിരുന്നു.

നിക്കാഹ് ചടങ്ങുകൾക്ക് നേതൃത്വം നൽകിയത് എളേപ്പയായിരുന്നു. കല്ല്യാണ ചടങ്ങുകളിൽ ആദ്യത്തേതും ഏറ്റവും മുഖ്യമായ നിക്കാഹ് ചടങ്ങുകൾ അവസാനിച്ചു.

നിക്കാഹിന് റഷീദിക്കാക്കൊപ്പം ജ്യേഷ്ഠൻ ഒരു വലം കൈ പോലെ കൂടെ നിന്നിരുന്നു. ആ സഹോദരസ്നേഹം ഏവരാലും പുകഴ്ത്തപ്പെട്ടു. എപ്പോഴും ചിരിച്ചുകൊണ്ടിരിക്കുന്ന റഷീദിക്കയെ ചടങ്ങിന് പങ്കുകൊണ്ട ഞങ്ങളുടെ ചുരുക്കം ചില ബന്ധുക്കൾക്കും ബോധിച്ചു. മാഷ്ടെ മോൾക്ക് ലഭിച്ച ബന്ധത്തിൽ ചിലരെല്ലാം സന്തോഷിച്ചു. ചിലർ അസൂയാവഹമായി ഞെരിപിരികൊണ്ടു. വളരെക്കാലമായി വിദേശത്തായിരുന്നു റഷീദിക്കയുടെ കുടുംബം.

അവർ നാട്ടിൽ സ്ഥിരതാമസമാക്കിയിട്ട് അധികകാലമായിരുന്നില്ല. അറിയപ്പെടുന്ന ബിസിനസ്സ് കുടുംബമായിരുന്നു അവരുടേത്. നിക്കാഹ് കഴിഞ്ഞു ഹസീനയെ റഷീദിക്കയുടെ വീട്ടിലേയ്ക്ക് കൂട്ടികൊണ്ടുപോയി ഹസീന ആ കുടുംബത്തിന്റെ ഭാഗമായി മാറാൻ മനസ്സുകൊണ്ടു തയ്യാറെടുത്തിരുന്നു. അവൾക്കൊപ്പം എന്നെ കൂടി പറഞ്ഞയക്കാൻ ഉമ്മ നിർബന്ധിച്ചു. കാരണം ആദ്യമായി ഹസീന മറ്റൊരു വീട്ടിലെത്തുകയല്ലേ. ആദ്യ ദിവസം കഴിഞ്ഞു ആ വാസസ്ഥലത്തോട് ഒന്നു പൊരുത്തപ്പെട്ടാൽ ഹസീനയ്ക്കും ഒപ്പം ഞങ്ങൾക്കും ആശ്വാസമാകും. ഒരു ദിവസമെങ്കിലും ഒരു കൂട്ട് എന്ന നിലയ്ക്കായിരുന്നു ഉമ്മയുടെ നിർബന്ധം.

എളേപ്പ അതിനെ എതിർത്തു. ഞാനും സീനത്തും അവർക്കൊപ്പം പോകുന്നുണ്ട്. പിന്നെന്തിന് ഹുതയെ അവിടെ താമസിപ്പിക്കണം. പിന്നെ ഉമ്മ നിർബന്ധിച്ചിരുന്നില്ല.

യാത്രയ്ക്കു മുമ്പ് ഹസീന ഞങ്ങളെ മൂന്നുപേരേയും നോക്കി. ഒന്നും പറയാതെ അവർക്കൊപ്പം കാറിൽ കയറി യാത്രയായി.

തിരിച്ചു വീട്ടിലെത്തിയ ഞങ്ങൾക്ക് നിക്കാഹ് കഴിഞ്ഞൊരു വീടിന്റെ പ്രതീതിയേക്കാൾ എന്തോ കൈവിട്ടു പോയൊരു മനസ്സായിരുന്നു. യാത്ര പോലും പറയാതെ പോയ റഷീദിക്കയെ കുറിച്ച് ഉമ്മ പരിഭവം പറഞ്ഞു.

ഉമ്മയിൽ നിന്ന് അന്ന് റബ്ബിന്റെ വിളികൾ ഉയർന്ന് കേട്ടിരുന്നില്ല. ഉള്ളിൽ മൗനപ്രാർത്ഥനയാകാം.

അന്നു രാത്രി ഹസീനയും ഞാനും കിടന്നിരുന്ന ആ കൊച്ചുമുറിയിൽ ഞാനൊറ്റക്കായി. അവളെ കുറിച്ചാലോചിച്ച് ഞാൻ കിടന്നു. നിറ

യെ സുഖസൗകര്യങ്ങളിലേയ്ക്ക് അവൾ പെട്ടെന്ന് മാറ്റപ്പെട്ടു. എ.സി മുറിയിൽ പുതിയാപ്ലക്കൊപ്പം കിടക്കുന്ന അവൾ എന്നെ ഓർക്കുന്നുണ്ടായിരിക്കുമോ എന്ന് ഞാൻ ചിന്തിച്ചു. എനിക്ക് ഓർമ്മവച്ച നാൾ തൊട്ട് ഞങ്ങൾ ഒരുമിച്ചായിരുന്നു. എന്റെ സ്വഭാവത്തിൽ നിന്നും തികച്ചും വ്യത്യസ്തമായിരുന്നു അവളുടേത്. കാര്യശേഷിയുള്ളവളാണ് ഹസീനയെന്ന് ഉമ്മ മിക്കപ്പോഴും പറയാറുണ്ടായിരുന്നു.

ജീവിതം മാറ്റങ്ങൾക്ക് വിധേയപ്പെടുന്നത് ഓർത്തിരിക്കാതെയെന്നത് ഞാനന്നു മനസ്സിലാക്കി.

നിക്കാഹു കഴിഞ്ഞു മൂന്നുദിവസങ്ങൾ പിന്നിട്ടപ്പോൾ ഹസീനയേയും റഷീദിക്കയേയും വിരുന്നിനു വിളിക്കാൻ പോകാമെന്നും അതിനൊപ്പം അവളെ ഒന്നു കാണുക കൂടി ചെയ്യാമെന്നും ഉമ്മ പറഞ്ഞു. മൂന്നു ദിവസമായി അവളുടെ വിവരങ്ങൾ അറിയാതെ ഞങ്ങൾ അങ്കലാപ്പിലായിരുന്നു.

എളേപ്പപോലും ആ മൂന്നു ദിവസം ഞങ്ങളുടെ വീട്ടിലേയ്ക്കെത്തിയിരുന്നില്ല. അവരെ വിളിക്കാൻ പോകുന്നതിനും എളേപ്പയോട് അനുവാദം ചോദിക്കണമായിരുന്നു. മറികടന്ന് ഒന്നും ചെയ്യുവാനുള്ള കാര്യശേഷിയും ഞങ്ങൾക്കില്ലായിരുന്നു. നിക്കാഹിന് എല്ലാം നുള്ളി പറുക്കിയെടുത്ത് ഹസീനയ്ക്ക് കൊടുത്തിരുന്നു. ആ വീട്ടിൽ തപ്പിനോക്കിയാൽ ഉമ്മ പറയുന്നതുപോലെ ഓട്ടമുക്കാലണ പോലും കിട്ടില്ല. വിരുന്നിനു കൊണ്ടു വരാൻ ആഗ്രഹിച്ചു വിളിച്ചു കൊണ്ടു വന്നാലും അവർക്ക് വിരുന്നൊരുക്കുവാൻ എന്തു ചെയ്യണമെന്ന് അമ്മായിയും ഉമ്മയും കൂടി ആലോചിച്ചു.

കിടക്കാനായൊരു കിടക്കപ്പായപോലും നല്ലതില്ല ഉമ്മ പറഞ്ഞു.

ഈ അസൗകര്യത്തിൽ റഷീദിക്ക നിൽക്കുമോയൊന്നുപോലും ഞങ്ങൾക്ക് സംശയമുണ്ടായിരുന്നു.

ഒഴിയാറായ അരിക്കലവും പലവ്യഞ്ജനങ്ങളും ഇനിവിടെന്നങ്ങോട്ട് എങ്ങനെ ജീവിക്കുമെന്ന ചിന്തയിലും നാട്ടു നടപ്പും, ഒരു കുടുംബത്തിന്റെ കടമയും ഉമ്മയുടെ ചിന്തയെ കോച്ചിവലിയ്ക്കുന്നുണ്ടായിരുന്നു.

ഒടുവിലത്തെ തീരുമാനത്തിലെത്തിച്ചേർന്നു. ഉമ്മയുടെ ഭാഷ്യം തന്നെ, കടം വാങ്ങിച്ചു ഇടം ചെയ്യുക തന്നെ. പിന്നീട് എന്തെങ്കിലും വഴിയെ കുറിച്ചാലോചിക്കാം. ഉമ്മ എളേപ്പയെ വിവരമറിയിക്കാൻ എളേപ്പയുടെ വീട്ടിലേയ്ക്ക് പോകുവാനായി ഒരുങ്ങി.

പിറ്റേന്നു രാവിലെ ഉമ്മ എളേപ്പയുടെ വീട്ടിലേയ്ക്കിറങ്ങി. അധികം വൈകാതെ തന്നെ ഉമ്മ തിരിച്ചെത്തിയിരുന്നു. മ്ലാനമായ മുഖമായിരു

ന്നു ഉമ്മയ്ക്ക്.

എന്താണിത്ര വേഗം തിരിച്ചെത്തിയത് ഇത്താത്ത എന്നുള്ള അമ്മായിയുടെ ചോദ്യത്തിന്, വ്യസനകരമായ മറുപടിയാണ് ഉമ്മയിൽ നിന്നും ലഭിച്ചത്.

'അവരുടെ കക്കൂസിനോളം വലിപ്പമുള്ള നമ്മുടെ വീട്ടിലേയ്ക്ക് റഷീദ് എങ്ങനെ വരും. അതുമായി എങ്ങനെ പൊരുത്തപ്പെടും. ഹസീന ഇപ്പോൾ റഷീദിന്റെ ബീവിയാണ്. അവരെ വിരുന്നിനു വിളിക്കാനുള്ള ശേഷി നമ്മുക്കില്ലല്ലോ?'

'ഇതെല്ലാം അറിഞ്ഞുകൊണ്ടല്ലേ ഇത്താത്ത അവർ ഹസീനയെ നിക്കാഹ് ചെയ്ത് കൊണ്ടുപോയത്.

ഉമ്മ അതിനൊരു മറുപടിയും നല്കിയിരുന്നില്ല. ഉമ്മയുടെ മനസ്സിൽ എന്തോ കരട് കിടന്ന് അലോസരപ്പെടുത്തുന്നുണ്ടായിരുന്നു. ഉമ്മ അതെന്തെന്ന് തുറന്നു പറഞ്ഞിരുന്നില്ല. സ്വയം അനിഷ്ടങ്ങളായി തോന്നുന്ന കാര്യങ്ങൾ മറ്റുള്ളവരിലേയ്ക്കു കൂടി പകർന്ന് അലോസരമുളവാക്കേണ്ടെന്ന് ഉമ്മ കരുതിയിരിക്കാം.

തന്നോടു തന്നെയുള്ള അല്പ പരിഭവത്തിനുശേഷം ഉമ്മ തീരുമാനത്തിൽ അയവു വരുത്തി.

റബ്ബേ, ന്റെ മോളാണ് ഹസീന. ഞാൻ പത്തുമാസം വയറ്റിലിട്ടു പ്രസവിച്ച സുബർക്കത്തിലെ മാലാഖയാണവൾ. സ്വയം ഉമ്മ പറയുന്നതു കേട്ടു.

ഉമ്മയും അമ്മായിയും ഞാനും കൂടി ഹസീനയ്ക്കരികിലേയ്ക്ക് പോകുവാനായൊരുങ്ങി. കയ്യിലൊതുങ്ങാവുന്ന എന്തെങ്കിലും കൊണ്ടുപോകേണ്ടേ. പിന്നീടതിനായിരുന്നു ഉമ്മയ്ക്ക് ആധി. ബാപ്പ വലിച്ചിരുന്ന ഭാരം മറ്റുള്ളവരുടെ ചുമലിൽ ഒരിക്കലും ചാരിയിരുന്നില്ല. സ്വന്തം ചുമലിൽ തന്നെ അത് വഹിച്ചിരുന്നു. അതുകൊണ്ട് തന്നെ ഉമ്മയടക്കം ആരും ഒന്നും തന്നെ അറിഞ്ഞിരുന്നില്ല. ഓരോ ബാധ്യതകളും ഭാരങ്ങളും ഏൽക്കേണ്ടി വരുമ്പോൾ ഉമ്മ പറയുമായിരുന്നു. ഇതുങ്ങളുടെ ബാപ്പ ഉണ്ടായിരുന്നെങ്കിൽ........ ഭാരം താങ്ങാനാകാതെയുള്ള ഉമ്മയുടെ ആത്മഗതമായിരുന്നു അത്.

ഓട്ടോ ജോസേട്ടന്റെ ഭാര്യ ലീനചേച്ചി പലഹാരങ്ങളുണ്ടാക്കി ബേക്കറിയിൽ സപ്ലൈ ചെയ്യുന്നുണ്ടായിരുന്നു. അവരുടെ പക്കൽ നിന്നും അത്യാവശ്യം പലഹാരങ്ങൾ വാങ്ങിക്കുവാൻ തീരുമാനിച്ചു. ഞങ്ങളുടെ ബുദ്ധിമുട്ട് അറിയാവുന്ന ലീനചേച്ചി പൈസ പിന്നീട് നല്കിയാൽ മതിയെന്ന് പറയുകയായിരുന്നു.

പലഹാരങ്ങളുമായി അടുത്ത ദിവസം തന്നെ ജോസേട്ടന്റെ ഓട്ടോയിൽ ഞങ്ങൾ ഹസീനയ്ക്കരികിലേയ്ക്ക് യാത്രയായി. റഷീദിക്കയുടെ വീടിന്റെ മുറ്റത്ത് അന്നു കാറുകളുടെ എണ്ണം കുറവായിരുന്നു. ഒരു കാർ മാത്രം പോർച്ചിൽ കിടക്കുന്നുണ്ടായിരുന്നു.

ഞങ്ങൾ ഓട്ടോയിൽ നിന്നിറങ്ങുമ്പോൾ ഉമ്മറത്ത് പത്രം വായിച്ചിരിക്കുകയായിരുന്നു റഷീദയ്ക്കയുടെ ഉപ്പ. ഞങ്ങളെ കണ്ടതും കയറിയിരിക്കാൻ അദ്ദേഹം പറഞ്ഞു. അകത്ത് പോയി റഷീദിയ്ക്കയുടെ ഉമ്മയെ വിളിച്ചു. അവർ അകത്തു നിന്നു വന്നു ഞങ്ങളെ ഹാളിലേയ്ക്കു കൂട്ടി കൊണ്ടുപോയി. അവർ ചൂണ്ടിക്കാട്ടിയ സോഫയിലേയ്ക്ക് ഞങ്ങൾ ഇരിക്കും മുമ്പേ ഉമ്മയും അമ്മായിയും കയ്യിൽ കരുതിയിരുന്ന പലഹാര കവറുകൾ റഷീദയ്ക്കയുടെ ഉമ്മയുടെ കൈകളിൽ ഏല്പ്പിച്ചു. അതു വാങ്ങുന്നതിനിടയിൽ ഇതിന്റെയൊന്നും ആവശ്യമില്ലായിരുന്നുവെന്ന് അവർ പറഞ്ഞു.

ആ സമയത്ത് ഹാളിലേയ്ക്കു കടന്നു വന്ന ജ്യേഷ്ഠഭാര്യ സഫിയത്ത പറഞ്ഞു.

'ബുദ്ധിമുട്ടി നിങ്ങൾ എന്തിനു കൊണ്ടു വന്നു?'

ആ സംസാരത്തിനു മറുപടിയായി ഉമ്മ പറഞ്ഞു,

'കൂടുതലായി ഒന്നും ഇല്ല. ബുദ്ധിമുട്ട് അവസാനിച്ച് ഒന്നും ചെയ്യുവാനും കഴിയുകയില്ല.'

അത്ര സമയം കഴിഞ്ഞിട്ടും ഹസീനയെ അവിടേയ്ക്ക് കണ്ടിരുന്നില്ല. ഞങ്ങൾ അവളെ തിരയുകയായിരുന്നു.

ഹസീനയെ ആരും വിളിക്കാത്തതുകൊണ്ട് അമ്മായി ചോദിച്ചു.

'ഹസീന എവിടെ?.'

അവൾ മുകളിലെ മുറിയിലുണ്ട്. വിളിക്കാം. സഫിയത്ത മുകളിലെ മുറിയിലേയ്ക്ക് ഹസീനയെ വിളിക്കുവാനായി കയറിപ്പോയി. കുറച്ചു സമയം കഴിഞ്ഞതിനുശേഷമാണ് ഹസീന മുകളിൽ നിന്നും താഴേയ്ക്ക് വന്നത്. ഞാൻ അവളിറങ്ങി വരുന്നത് കണ്ടതും സോഫയിൽ നിന്നും എഴുന്നേറ്റ് അവൾക്കരികിലേയ്ക്ക് ചെന്നു. ജനിച്ച നാൾ മുതൽ ഞങ്ങൾ ആദ്യമായിട്ടാണ് പിരിഞ്ഞിരിക്കുന്നത്. അവൾ നിക്കാഹ് കഴിഞ്ഞ പോയ നാൾ മുതൽ രാത്രികളിൽ മനംവിട്ട് ഉറങ്ങുവാൻ എനിക്ക് സാധിക്കാറില്ലായിരുന്നു. പക്ഷേ ഞാൻ അടുത്തേയ്ക്ക് ചെന്നിട്ടും യാതൊരു ഭാവമാറ്റങ്ങളും ഹസീനയുടെ മുഖത്ത് പ്രത്യക്ഷപ്പെട്ടിരുന്നില്ല. കൂടുതൽ നിർവീകാരത അവളുടെ മുഖത്തുമുറ്റി നിന്നിരുന്നു.

ഉമ്മയേയും അമ്മായിയേയും കണ്ടിട്ടും അവൾ സ്റ്റെയർകേസ് ഇറ

ങ്ങിയിടത്തു തന്നെ നിന്നു. ഉമ്മ മോളേ എന്നു വിളിച്ചപ്പോൾ അവൾ ഉമ്മയുടെ മുഖത്തേയ്ക്കൊന്നു നോക്കി ചിരിച്ചെന്നു വരുത്തി.

റഷീദെവിടെ എന്ന ഉമ്മയുടെ ചോദ്യത്തിന്, മറുപടി നല്കിയത് ഹസീനയെ വിളിക്കുവാൻ പോയ സഫിയാത്തയായിരുന്നു.

റഷീദ് ഇക്കാക്കയ്ക്കൊപ്പം പുറത്തു പോയിരിക്കുന്നു. അപ്പോഴാണ് ഞാൻ ഹസീനയെ ശ്രദ്ധിച്ചത്. അവൾ ഒരു ഹൂറിയെ പോലെ തോന്നിച്ചു. കുറച്ചു ദിവസങ്ങൾക്കുള്ളിൽ അവളുടെ അഴകു വർദ്ധിച്ചതുപോലെ, രണ്ടു കൈകൾ നിറയേയും ആഭരണങ്ങൾ, കഴുത്തിൽ നീളവും അതിനൊത്ത വണ്ണവുമുള്ള താലിമാല, കൈകളിൽ മോതിരങ്ങൾ, വില കൂടിയ ഡ്രസ്സും തട്ടവും. അവളുടെ ഭാവമൊഴിച്ച് മറ്റെല്ലാംമാറിയിരിക്കുന്നു.

ഇത്രയും ദിവസം കഴിഞ്ഞു കണ്ടിട്ടും അവൾക്ക് അധിക സംസാരമില്ലായിരുന്നു എന്നോടു പോലും.

അമ്മായിയും, ഉമ്മയും എന്തൊക്കെയോ ചോദിച്ചു. അതിനൊറ്റ വാക്കിൽ ഉത്തരം നല്കി. ഹസീന അവിടെ തന്നെ നിന്നു.

സംഭാഷണങ്ങൾ തുടരാനില്ലായിരുന്നു. ഹസീനയ്ക്ക് ഞങ്ങളൊരു അപരിചിതരെപോലെയുള്ള അകൽച്ച എനിയ്ക്കന്നു തോന്നിയിരുന്നു. ചായയും പലഹാരങ്ങളും ജോലിക്കാരി ഡൈനിംഗ് ടേബിളിൽ നിരത്തി വച്ചു. റഷീദിക്കയുടെ ഉമ്മ ഞങ്ങളെ ചായകുടിക്കാൻ ക്ഷണിച്ചു.

ചായകുടിക്കാൻ എണീറ്റപ്പോൾ ഉമ്മ ഹസീനയേയും വിളിച്ചു മോളു വാ, ഞങ്ങൾക്കൊപ്പമിരിക്ക്, പക്ഷേ ഹസീന വന്നില്ലായിരുന്നു. ഇപ്പോൾ വരാം എന്നു മറുപടി പറഞ്ഞു. അവൾ തിരികെ സ്റ്റെയർകെയ്സു കയറി. അവളുടെ പ്രവൃത്തി കണ്ട് ഞങ്ങൾ മൂന്നുപേരും പരസ്പരം മുഖത്തോടുമുഖം നോക്കി. ഉമ്മയുടെ മുഖം വ്യസനത്താൽ മുറുകിയിരുന്നു. അമ്മായിയും എന്താണിതെന്ന ഭാവത്തിലായിരുന്നു. ചായകുടിച്ചെന്നു വരുത്തി ഞങ്ങൾ എഴുന്നേറ്റു പോകുവാനായൊരുങ്ങി. റഷീദിക്കയുടെ ഉമ്മയോട് വിരുന്നിന് ക്ഷണിക്കാനാണ് വന്നതെന്ന് പറഞ്ഞപ്പോൾ അവർ റഷീദിക്കയുടെ ഉപ്പയെ വിളിച്ചു. കാര്യം കേട്ട ഉപ്പ പറഞ്ഞു അതൊന്നും നടക്കാൻ പോകുന്നില്ല . കാരണം റഷീദ് ഇവിടെയല്ലാതെ മറ്റൊരിടത്ത് പൊരുത്തപ്പെടുകയില്ല.

ഒരു ദിവസം ഞങ്ങളെല്ലാവരും കൂടെ അങ്ങോട്ടിറങ്ങാം. അതേ നടക്കുള്ളൂ. റഷീദിക്കയുടെ ഉപ്പാടെ സ്വരം ഉറച്ചതായിരുന്നു. ഉമ്മ പിന്നീടൊന്നും സംസാരിച്ചില്ല . ജോസേട്ടന് കുടിക്കാൻ ജ്യൂസ് ഗ്ലാസ്സുമായി മടങ്ങി വരുന്ന ജോലിക്കാരിയോട് , ഹസീനയെ താഴേയ്ക്കു വിളിച്ചു കൊ

ണ്ടുവരാൻ റഷീദയ്ക്കയുടെ ഉമ്മ പറഞ്ഞു വിട്ടു. ഹസീന വീണ്ടും താഴേയ്ക്കിറങ്ങി. ഞങ്ങൾ അവളോടു യാത്ര പറഞ്ഞു. അവൾ തലയാട്ടി ഞങ്ങൾ ഇറങ്ങുന്നതിനു മുമ്പ് റഷീദിക്കയുടെ ഉമ്മ അകത്തുപോയി ഒരു ചെറിയ കവർ കൊണ്ടു വന്ന് ഉമ്മയുടെ കയ്യിൽ കൊടുത്തു. ഉമ്മ ഇതെന്തെന്ന ഭാവത്തിൽ അവരെ നോക്കി.

ഇതു നിങ്ങൾ ഹസീനയ്ക്ക് കൊടുത്ത പണ്ടങ്ങളാണ്. ഹുതയ്ക്ക് ആവശ്യം വരുമ്പോൾ ഇതുപയോഗിക്കാമല്ലോ. ഹസീനയ്ക്ക് ആവശ്യത്തിലേറെ ഇവിടെയുണ്ട്. ഇതു നിങ്ങൾ കൊണ്ടുപൊയ്ക്കോളിൻ. അവർ പറഞ്ഞു. ഉമ്മ അതു വാങ്ങിയ്ക്കാൻ മടികാണിച്ചു. അവർ നിർബന്ധപൂർവ്വം ഉമ്മയുടെ കൈകളിലതേൽപ്പിച്ചു. ഞാൻ അപ്പോഴും ഹസീനയെ നോക്കിനിൽക്കുകയായിരുന്നു. അവൾ എന്റെ മുഖത്തേയ്ക്കു നോക്കി പൊടുന്നനെ തന്നെ കണ്ണുകൾ പിൻവലിച്ചു. ഞങ്ങൾ ഒരിക്കൽ കൂടി യാത്രപറഞ്ഞു. ചവിട്ടു പടികൾ ഇറങ്ങാൻ നേരം റഷീദിക്കയുടെ ഉപ്പ പറഞ്ഞു. ഒഴിവു കിട്ടുമ്പോൾ ഞങ്ങൾ അവിടേയ്ക്കു വരാം. ഇത്രയും ദൂരം താണ്ടി നിങ്ങൾ ഇടയ്ക്കിടെ വരണമെന്നില്ല. ഹസീനയ്ക്ക് നിങ്ങളെ കാണണമെന്നു അറിയിച്ചാൽ ഞങ്ങൾ അവിടേയ്ക്കു കൊണ്ടു വരാം.

അതിനു മറുപടിയൊന്നും നല്കാതെ തന്നെ ഞങ്ങൾ ഓട്ടോയിൽ കയറി, ഹസീന ഉമ്മറത്തേയ്ക്കു വന്നിരുന്നില്ല. ഓട്ടോയിൽ വീട്ടിലേയ്ക്കു തിരിക്കുമ്പോൾ പോയ സന്തോഷാവസ്ഥയിൽ ആയിരുന്നില്ല ഞങ്ങൾ മൂന്നു പേരും. ജോസേട്ടൻ ഹസീനയുടെ ഭാഗ്യത്തെ പുകഴ്ത്തി സംസാരിച്ചപ്പോഴും ഞങ്ങളെല്ലാം ഒരു മൂളലിൽ ഒതുക്കി. വീടെത്തിയപ്പോൾ ഓട്ടോയിൽ നിന്നിറങ്ങി ജോസേട്ടനോട് പൈസ തരാമെന്നു പറഞ്ഞു ഞങ്ങൾ വീട്ടിലേയ്ക്കു കയറി. അന്നു വീട്ടിൽ ഉമ്മയും അമ്മായിയും ഹസീനയുടെ പെരുമാറ്റത്തെ കുറിച്ച് പരിഭവം പറഞ്ഞുകൊണ്ടിരുന്നു. പക്ഷേ എനിക്കൊരിക്കലും അവരുടെ സംഭാഷണത്തിൽ കൂടുവാനായില്ലായിരുന്നു. എന്തൊക്കെയോ മൗനമായി അവളെന്നോട് പറയുന്നതായി എനിക്ക് തോന്നിയിരുന്നു. അവളുടെ ഭാഷ എനിക്കല്ലാതെ ആർക്കും മനസ്സിലാക്കിയെടുക്കുവാൻ സാധിക്കില്ല. ആ പതിഞ്ഞ ചിരിയുടേയും തേങ്ങലടക്കി വാർക്കുന്ന കണ്ണുനീരിന്റേയും അർത്ഥം ഞാനല്ലേ എന്നും അറിഞ്ഞിരുന്നുള്ളൂ. ഒലിച്ചിറങ്ങുന്ന കണ്ണുനീർ കണ്ടു പിടിച്ചാലും താൻ കരയുകയാണെന്ന് അവൾ ഒരിക്കലും സമ്മതിക്കില്ലായിരുന്നു. കരഞ്ഞു കലങ്ങിയ കണ്ണുകൾ തിരുമ്മിക്കൊണ്ട് പറയും. എപ്പോഴും ഈ കണ്ണുകൾ ചൊറിഞ്ഞുകൊണ്ടിരിക്കും. അലർജിയാ ഹുതാ.

അധികം സംസാരമൊന്നും പിന്നീടില്ലായിരുന്നു. എന്നും അവൾ അങ്ങ നെയായിരുന്നു. അന്നെനിക്കു സ്വസ്ഥമായി ഉറങ്ങാൻ കഴിഞ്ഞിരുന്നില്ല. അസ്വസ്ഥമായ എന്തോ ഒന്ന് എന്നെ പിടിച്ചുലച്ചുകൊണ്ടിരുന്നു. ഒരി ക്കൽപോലും തന്റേതായ ആഗ്രഹങ്ങളോ ആവശ്യങ്ങളോ ഉന്നയിക്കു ന്നതായി കേട്ടിരുന്നില്ല. ഉമ്മയും ബാപ്പയും അറിഞ്ഞു നല്കുന്നതിനപ്പുറം അവളൊന്നും ആവശ്യപ്പെടുകയില്ലായിരുന്നു. എല്ലാം ഒതുക്കുന്ന ഒതു ക്കമുള്ള പ്രകൃതമായിരുന്നു അവളുടേത്.

ഒരു ഭാര്യയായി മറ്റൊരിടത്ത് അവൾ കഴിയുന്നില്ലേ എന്ന് ഞാൻ ആശ്വസിച്ചു. ഉമ്മയും അമ്മായിയും അതിൽ തന്നെ ആശ്വാസം കണ്ടെത്തി.

ഇതുവരേയും എങ്ങനെയൊക്കെയോ കഴിച്ചു കൂട്ടി ജീവിതം മുമ്പോ ട്ടുപോയി. പലരും സഹായിച്ചു. എന്നും മറ്റുള്ളവരുടെ സഹായം സ്വീക രിച്ച് ജീവിതം നയിക്കുവാൻ സാധിക്കുകയില്ലല്ലോ. അതിനൊരു മാർഗ്ഗ ങ്ങൾ തേടുകയായിരുന്നു ഞങ്ങൾ. എന്റെ പഠനം വഴി മുട്ടി പോകാതി രിക്കാൻ എന്തു ചെയ്യണമെന്ന ചിന്തയിലൂടെ ആയിരുന്നു എന്റെ യാത്ര...

ബാപ്പയുണ്ടായിരുന്ന സമയങ്ങളിൽ മറ്റുജോലികളിൽ ഒന്നും ഏർ പ്പെടാതെ പുറം ലോകവുമായി യാതൊരു ബന്ധവുമില്ലാതെ കഴിഞ്ഞു വരികയായിരുന്നു ഉമ്മയും അമ്മായിയും. അതൊരു വലിയ വിലങ്ങു ത ടിയായി വെല്ലുവിളി ഉയർത്തിക്കൊണ്ടിരുന്നു.

ഉമ്മയും അമ്മായിയും വഴിയാലോചിച്ച് അവർ ഒരു വഴിയായി. അവ സാനം ഒരു വഴി കണ്ടെത്തി.

ഹസീനയ്ക്ക് നല്കിയ ആഭരണങ്ങൾ തിരികെ തന്നതുപയോഗിച്ച് അമ്മായിക്ക് ഒരു തയ്യൽ മെഷീൻ വാങ്ങിക്കാം എന്നു തീരുമാനമായി.

പിറ്റേന്നു തന്നെ ഉമ്മയും അമ്മായിയും ടൗണിലെ ഷോപ്പിലേയ്ക്ക് ജോസേട്ടന്റെ ഓട്ടോയിൽ തന്നെ പോയി. തിരിച്ചുവരുമ്പോൾ തയ്യൽ മെഷീനുമായി വന്നു.

അമ്മായി തയ്യൽ പഠിച്ചിരുന്നുവെങ്കിലും ഒരു തയ്യൽക്കാരിയായിരു ന്നില്ല. പിറ്റേന്നു മുതൽ മെഷീൻ ചലിച്ചു തുടങ്ങി. കുറച്ചു ദിവസങ്ങളെ ടുത്തു തയ്ക്കുവാനായി തുണികൾ കിട്ടുവാൻ. എന്റെ പഠനത്തിലേയ് ക്കു ഞാൻ തിരിഞ്ഞു. ഉമ്മയ്ക്കും ഒരു ചെറിയ തൊഴിൽ തരപ്പെട്ടു. അ ടുത്തു തന്നെയുള്ള ഒരു വീട്ടിലെ ചേച്ചിയുടെ പ്രസവാനന്തര ശുശ്രൂഷ ചെയ്തു കൊടുക്കുന്നതിനു അവർ ഉമ്മയെ ഏർപ്പാടാക്കി. എല്ലാം ഒരാ ശ്വാസമായി തീർന്നു. ഹസീനയെ കുറിച്ചായിരുന്നു മിക്കപ്പോഴും എന്റെ ചിന്തകൾ. അന്നു കണ്ടപ്പോൾ നവവധുവായ അവളുടെ കണ്ണുകളിൽ

തിളക്കമില്ലായിരുന്നു. നിറയെ ആഭരണങ്ങളും വിലകൂടിയ വസ്ത്രങ്ങൾ അവളണിഞ്ഞിരുന്നെങ്കിലും മുഖം അവളുടെ സ്ഥായിഭാവത്തേക്കാൾ പരിതാപകരമായിരുന്നുവെന്നു എനിക്കു തോന്നിയിരുന്നു. അവളുടെ ഉ ള്ളിൽ തികട്ടി നിൽക്കുന്നതെന്തോ ഉണ്ടെന്നെനിക്കു തോന്നിയിരുന്നു.

പക്ഷേ ഒരിക്കലും അതു പുറത്തറിയുവാൻ പോകുന്നില്ല. ഉമ്മയും അമ്മായിയും ഹസീനയെ മറന്നതായി ഭാവിച്ചെങ്കിലും നിക്കാഹു കഴി ഞ്ഞു മൂന്നു മാസമായിട്ടും വീട്ടിലേയ്ക്കു വരാത്തതിനു പരിഭവം സദാ പറഞ്ഞു കൊണ്ടിരുന്നു. അതിനുശേഷം ഉമ്മ ഒറ്റയ്ക്ക് ഹസീനയെ കാ ണുവാനായി റഷീദിയ്ക്കയുടെ വീട്ടിലേയ്ക്കു പോയിരുന്നു. അന്ന് അവി ടെ റഷീദിക്കയുടെ ജ്യേഷ്ഠ ഭാര്യ മാത്രമായിരുന്നു ഉണ്ടായിരുന്നത്. മ റ്റാരും ഇല്ലായിരുന്നു. ഹസീനയും റഷീദ്ക്കയും ഉമ്മയും ഉപ്പയും കൂടി പുറത്തു പോയിരിക്കുകയാണെന്ന് പറഞ്ഞു.

സ്വീകരിച്ചിരുത്തലും സൽക്കാരവുമില്ലായിരുന്നു. ഉമ്മയ്ക്ക് ആ നി ല്ക്കുന്ന നേരമത്രയും താൻ ഒരു അധികപ്പറ്റായി തോന്നിയത്രേ. അതു കൊണ്ടു തന്നെ തിരിച്ചെത്താൻ അവർ വൈകുമെന്ന സഫിയത്തയുടെ തുടരെയുള്ള സംസാരം തന്നെ ഒഴിവാക്കുക എന്ന ഉദ്ദേശ്യത്തോടെയു ള്ളതാണെന്ന് ഉമ്മ മനസ്സിലാക്കിയിരുന്നു. അതിനാൽ തന്നെ ഹസീന യെ കാത്തു നില്ക്കാതെ ഉമ്മ തിരികെ പോന്നിരുന്നു.

പിന്നീട് ഉമ്മ ഹസീനയ്ക്കരികിലേയ്ക്ക് പോകുവാനായി താല്പര്യം കാണിച്ചിരുന്നില്ല. ആ ഒന്നിനെ ഞാൻ പെറ്റിട്ടില്ലായെന്ന് കണ്ണുനീരോടെ പറഞ്ഞ് സ്വയം സമാധാനിക്കുമ്പോഴും ഹസീനയെ കാണുവാൻ ഉമ്മ അതിയായി ആഗ്രഹിക്കുന്നുണ്ടായിരുന്നു. ഉമ്മയേക്കാളേറെ അവളെ കാണുവാൻ ഞാൻ ആഗ്രഹിച്ചിരുന്നു. ഹസീനയ്ക്കരികിലേയ്ക്ക് പോകു വാൻ എന്തോ എന്റെ മനസ്സനുവദിച്ചിരുന്നില്ല. ഓടിയകലുന്ന രാവും പക ലും ജീവിതം മുമ്പോട്ടു നീക്കുകയെന്ന യജ്ഞത്തിൽ മുൻപിൽ എല്ലാം മറവിയിലാഴ്ത്തി മുൻപോട്ടു നീങ്ങി. അമ്മായിയുടെ തയ്യിൽ മെഷീൻ ഇടതടവില്ലാതെ ചലിച്ചുകൊണ്ടിരുന്നു. അതു വഴി അത്യാവശ്യ പണം അമ്മായിക്കു ലഭിച്ചിരുന്നു. ഉമ്മ പ്രസവാനന്തര ശുശ്രൂഷയ്ക്ക് പോയി രുന്നതുകൊണ്ട് മൂന്നുമാസക്കാലയളവ് ഉമ്മയ്ക്കും ആ വീട്ടിൽ നിന്നും ദിവസ വേതനം ലഭിച്ചിരുന്നു.

ആയിടെ കോളേജ് വിട്ടു വരുന്ന വഴി എന്നെ കാത്ത് ഒരാൾ നില്പു ണ്ടായിരുന്നു. അത് ശോഭനചേച്ചിയായിരുന്നു. വീട്ടിൽ നിന്നുകൊണ്ട് അവർ എന്നെ ഹുതായെന്ന് ഉറക്കെ വിളിച്ചു. ഞാൻ റോഡിൽ നിന്നും അവരുടെ വീട്ടിലേയ്ക്ക് ഗെയ്റ്റ് തുറന്ന് നടന്നു ചെന്നു. ഞാൻ അടു

ത്തെത്തിയപ്പോൾ അവർ പറഞ്ഞു. ഹസീന വിളിച്ചിരുന്നു.

ഹുത കോളേജിൽ നിന്നും വരുന്ന സമയം നോക്കി വിളിക്കാം. നിന്നെയൊന്നു വിളിച്ചു വിവരം പറയുമോയെന്ന് ഹസീന ചോദിച്ചിരുന്നു.

'കയറിയിരിക്ക് ഹുതാ, ഇപ്പോൾ വിളിക്കും ഹസീന.' ശോഭനചേച്ചി എന്നോടു പറഞ്ഞു. എന്തിനായിരിക്കും ഹസീന വിളിച്ചിരിക്കുന്നത്?. ശോഭനചേച്ചിയുടെ വീട്ടിൽ നിന്നും ഒരു പത്തു മിനിറ്റോളം ദൂരമുണ്ട് ഞങ്ങളുടെ വീട്ടിലേയ്ക്ക്. ശോഭനചേച്ചിയുടെ നമ്പർ ഞങ്ങൾ വാങ്ങി വച്ചിരുന്നു. ഞങ്ങൾ മാത്രമല്ല വീടുകളിൽ ഫോണില്ലാത്തവരെല്ലാം ഇടയ്ക്ക് മാത്രം വിളിക്കുന്നവരാണെങ്കിൽ ശോഭനചേച്ചി ജോലിക്കാരിയെ വിട്ട് വിളിപ്പിക്കും. അടിയ്ക്കടി ഫോൺ വിളിച്ചാൽ അവർ ഫോണെടുത്താൽ പോലും ആരെയും വിളിയ്ക്കില്ലയെന്ന് ചിലർ പറയാറുണ്ടായിരുന്നു. ആദ്യമായിട്ടായിരുന്നു ശോഭനചേച്ചിയുടെ വീട്ടിലേയ്ക്ക് ഒരു ഫോൺ കോൾ വരുന്നത്. അതുകൊണ്ടു തന്നെ ഹാർദ്ദമായ സ്വീകരണമായിരുന്നു എനിക്ക് ലഭിച്ചിരുന്നത്. ആലോചിച്ചു നില്ക്കുന്നതിനിടയിൽ ഫോൺ ബെൽ മുഴങ്ങുന്ന ശബ്ദം കേട്ടു. ഹസീനയാകും എന്നു പറഞ്ഞു അവർ ഫോണെടുത്തു. ഇപ്പോൾ കൊടുക്കാം. ഹുത വന്നിട്ടുണ്ടെന്ന് പറഞ്ഞു അവർ ഫോൺ എനിക്കു കൈമാറി.

ഫോൺ വാങ്ങി ഞാൻ വിളിച്ചു. ഹസീനാ.......... എന്റെ ശബ്ദം ഇടറുന്നതായി എനിക്കു തോന്നി. മറുഭാഗത്ത് നിന്ന് അല്പനേരത്തേയ്ക്ക് ശബ്ദമില്ലായിരുന്നു. അതിനുശേഷം ഹുതായെന്ന് അവൾ വിളിച്ചു.

'മറ്റന്നാൾ നീ ഇവിടേയ്ക്കു വരുമോ ? ഉമ്മയും അമ്മായിയും അറിയരുത്. എന്തു തന്നെയായാലും നീ വന്നേ ഒക്കൂ.' ഞാൻ എന്തെങ്കിലും പറയും മുമ്പേ ഹസീന ഫോൺ വെച്ചിരുന്നു. ശോഭന ചേച്ചി എനിക്കു ഫോൺ കൈമാറിയതിനുശേഷം അകത്തെവിടെയോ പോയിരുന്നു. ഫോൺ വെച്ചു ഞാൻ അവരെ വിളിച്ചു. ഞാൻ പോകുന്നുവെന്ന് പറഞ്ഞു.

'എന്താണിത്ര പെട്ടെന്ന് സംസാരം കഴിഞ്ഞുവോ?' അവർ ചോദിച്ചു. ഞാനൊന്ന് ചിരിച്ചു തലയാട്ടി. ശരി ചേച്ചി എന്നു പറഞ്ഞു അവിടുന്നിറങ്ങി.

വീട്ടിലേയ്ക്കു നടക്കുന്നതിനിടയിൽ ഹസീന എന്തിനായിരിക്കും മറ്റന്നാൾ വീട്ടിലേയ്ക്ക് ചെല്ലാൻ പറഞ്ഞിരിക്കുന്നത് എന്ന ചിന്തയോടെയായിരുന്നു ഞാൻ നടന്ന് കയറിയത്. ബസ്സിറങ്ങി ഇരുപതുമിനിറ്റോളം നടക്കുവാനുള്ള ആ ദൂരമത്രയും സാധാരണ മടുപ്പോടെയായിരുന്നു നടന്നെത്തുക. പക്ഷേ അന്നെനിക്ക് അത്രയും ദൂരം നടന്നതറിഞ്ഞിരുന്നില്ല.

ചിന്തയിൽ ഹസീന എന്തിനായിരിക്കും നീ വന്നേ ഒക്കൂ എന്നു പറഞ്ഞത്?. അതും ഉമ്മയും അമ്മായിയും അറിയാതെ?.

എങ്ങനെ ഹസീനയുടെ വീട്ടിലെത്തും. വണ്ടിക്കൂലി അന്നു വലിയൊരു കടമ്പയായിരുന്നു. അത് എങ്ങനെ ഒപ്പിച്ചെടുക്കും.

ഉമ്മയോടും അമ്മായിയോടും പറയുവാനും സാധിക്കുകയില്ല. എന്തെങ്കിലും ശക്തമായ കാര്യങ്ങൾ ഉണ്ടായിരിക്കും ഹസീനയുടെ ആ വാക്കുകളുടെ പിന്നാമ്പുറത്ത്.

ഞാൻ ആലോചനയോടെ വീട്ടിലെത്തി. അന്നത്തെ എന്റെ മുഖഭാവം ശ്രദ്ധിച്ചു അമ്മായി കാര്യം തിരക്കി. ഒന്നുമില്ലെന്നു പറഞ്ഞു ഞാൻ ഒഴിഞ്ഞുമാറി. അന്നു രാത്രി കിടക്കുമ്പോൾ മറ്റന്നാൾ ഹസീനയ്ക്കരികിലേയ്ക്ക് പോകുവാൻ ഞാൻ തീരുമാനത്തിലുറച്ചു. അതിനു വഴിയും കണ്ടെത്തി. പിറ്റേന്നു കോളേജിൽ നിന്നു തിരിച്ചെത്തി കഴിഞ്ഞു.

അമ്മായിയ്ക്കരികിൽ ഞാൻ പതിവിൽ കവിഞ്ഞു പറ്റി ചേർന്നു നിന്നുകൊണ്ടു ചോദിച്ചു.

'അമ്മായി നാളെ കോളേജിൽ പോകുമ്പോ ഇരുപതുറുപ്പിക തരോ.'

എന്റെ ചോദ്യം കേട്ടു അമ്മായി എന്നെ ചുഴിഞ്ഞു നോക്കികൊണ്ട് ചോദിച്ചു.

'എന്തിനാ ഇരുപതുറുപ്പിക ഹുതാ'.

'ഒന്നു രണ്ടു സാധനങ്ങൾ വാങ്ങിക്കാനാണ് അമ്മായി.'

'എന്ത് സാധനം?'

'രണ്ടു മൂന്നു സ്ലഡ് വാങ്ങിക്കണം. അമ്മായി തലയിൽ കുത്തുന്ന സ്ലഡെല്ലാം കാലഹരണപ്പെട്ടുപോയി.'

'രണ്ടു സ്ലഡു വാങ്ങണമെങ്കിൽ ഇരുപതുറുപ്പ്യ വേണോ ഹുതാ?' അമ്മായിയുടെ ചോദ്യം പിന്നേയും.

കാശിന്റെ കാര്യം വന്നപ്പോൾ അമ്മായി സംസാരിക്കുന്നുവല്ലോയെന്നു മനസ്സിൽ കരുതി. വീണ്ടും ഉത്തരം നല്കി ഒരു ഹീറോ പേനയും മഷിയും വാങ്ങിക്കണം. അമ്മായി പിന്നെയൊന്നും ചോദിക്കാതെ അമ്പതു രൂപ എനിക്കു നേരെ നീട്ടികൊണ്ടു പറഞ്ഞു.

'അമ്പതുറുപ്പ്യണ്ട് ഹുതാ. ഇരുപതുറിപ്പ്യ നീ എടുത്തോ. ബാക്കിക്ക് എനിക്ക് സൂചിയും നൂലും വാങ്ങി കൊണ്ടോരണം, കൂടാതെ ബാക്കി പൈസയും കൊണ്ടു വരണം.' സമ്മതത്തോടെ തലയാട്ടി അമ്പതുറുപ്പ്യ വാങ്ങി ഞാൻ ബാഗിൽ വച്ചു. അമ്മായിയുടെ തയ്യലിനുള്ള നൂലും മറ്റു സാധനങ്ങളും കോളേജിൽ നിന്നും വരുന്ന വഴി ഞാനായിരുന്നു വാങ്ങിച്ചു കൊണ്ടു വന്നിരുന്നത്. അതിനുള്ള ചെറിയ ബത്തയൊക്കെ

അമ്മായി എനിക്കു തരുമായിരുന്നു.

അങ്ങനെ ഹസീനയ്ക്കരികിലെത്താനുള്ള പൈസ ഞാനൊപ്പിച്ചെടുത്തു. കോളേജിൽ പോകുന്ന വഴി ഹസീനയുടെ വീട്ടിലേയ്ക്കു ബസ്സ് കയറാം. എളേപ്പയെങ്ങാനും കാണുമോ എന്നൊരു ഭയം എനിക്കുണ്ടായിരുന്നു. അങ്ങനെയൊന്നും സംഭവിച്ചിരുന്നില്ല. ഞാൻ ബസ്സു കയറി ഹസീനയുടെ വീടിനധികം അകലെയല്ലാതിരുന്ന ബസ്സ് സ്റ്റോപ്പിൽ ഇറങ്ങി. ഓട്ടോപിടിക്കാൻ നിന്നില്ല. പൈസ തികയാതെ വന്നാലോ? അതുകൊണ്ട്, നടന്നു തന്നെ പോകാമെന്നു കരുതി. എന്തിനായിരിക്കും ഹസീന കാണണമെന്നു പറഞ്ഞിരിക്കുകയെന്ന ഉത്കണ്ഠ എന്നെ അലട്ടിക്കൊണ്ടിരുന്നു. നടന്നു ഞാൻ ഹസീനയുടെ വീടിനു മുൻപിലെത്തി. അന്ന് മുറ്റത്ത് നിരന്നു കിടക്കുന്ന കാറുകൾ ഉണ്ടായിരുന്നില്ല. ഞാൻ ഗെയ്റ്റ് തുറന്നു മുറ്റത്തെത്തി. ആ വീട്ടിൽ ആരുമില്ലാത്ത പ്രതീതി ആയിരുന്നു. ഹസീനയും ഇല്ലേ ഇവിടെ, എന്നോട് വരാൻ പറഞ്ഞത് അവൾ മറന്നു പുറത്തു പോയിരിക്കുമോ?. വെറുതെയാകുമോ, ഈ യാത്ര ഓർത്തുകൊണ്ട് കോളിങ്ങ് ബെൽ അമർത്തി. കുറച്ചു നിമിഷങ്ങൾക്കകം വാതിൽ തുറന്നു. സാധാരണ ജോലിക്കാരിയായിരുന്നു വാതിൽ തുറക്കുക. അന്ന് ഹസീനയായിരുന്നു. എനിക്ക് അവളെ കണ്ടപ്പോൾ ആശ്വാസം തോന്നി. അവൾ എന്നെ അകത്തേയ്ക്കു ക്ഷണിച്ചു. ഇവിടെയാരുമില്ലേ? ഹസീനാ, ഞാൻ ചോദിച്ചു. ഇല്ല, എല്ലാവരും ഒരു ബന്ധുവിന്റെ കല്ല്യാണം കൂടാൻ പോയിരിക്കുന്നു. കുറച്ചകലെയാണ് അവരുടെ വീട്. നീ എന്തേ പോയില്ലേ. അതിനു മറുപടി അവൾ നല്കിയിരുന്നില്ല.

ഞാൻ വീണ്ടും ചോദിച്ചു. റഷീദ്ക്കയും പോയിട്ടില്ലേ?. അതിനു മറുപടി നല്കും മുൻപേ അവൾ എനിക്ക് കുടിക്കാൻ തണുത്ത ജ്യൂസും പലഹാരങ്ങളും ഡൈനിങ്ങ് ടേബിളിൽ നിരത്തി എന്നെ വിളിച്ചു. എല്ലാം ഒരുക്കിവെച്ചു അവൾ കാത്തിരിക്കുകയായിരുന്നു.

'ഹുതാ നീ കഴിക്ക് എന്നിട്ട് സംസാരിക്കാം.'

ഞാൻ അവൾക്കരികിലേയ്ക്ക് ചെന്നു. ജ്യൂസ് എടുത്ത് കുടിക്കും മുമ്പ് വീണ്ടും ചോദ്യം ചോദിച്ചു.

'നീ എന്തിനാ ഹസീന. ഇന്നു വരണമെന്നു പറഞ്ഞത്.' അവൾ അതിനു മറുപടി പറയും മുമ്പേ മുകളിൽ നിന്ന് അവ്യക്തമായ ഉറക്കെയുള്ള ശബ്ദം കേട്ടു. ജ്യൂസ് കുടിക്കാൻ വീണ്ടും എന്നോട് പറഞ്ഞു. അവൾ മുകളിലേയ്ക്ക് പോയി. ഒന്നും മനസ്സിലാകാത്ത ഭാവമായിരുന്നു എന്നിൽ ഉണർന്നിരുന്നത്. അവൾ എടുത്തുവെച്ച തണുത്ത ജ്യൂസ് കുടിച്ചു. ധൃതിയിൽ നടന്നു വന്നതിനാൽ ദാഹമുണ്ടായിരുന്നു. കുറച്ചു സമയത്തിനു

ശേഷമായിരുന്നു ഹസീന താഴേയ്ക്ക് വന്നത്.

'എന്തായിരുന്നു ശബ്ദം.' ചോദ്യങ്ങൾ ഞാൻ ആവർത്തിച്ചു. അവൾ സ്ഥായിഭാവത്തോടെ എന്നെ നോക്കികൊണ്ട് പറഞ്ഞു.

'റഷീദിക്കയാണത്.' ഒന്നും മനസ്സിലാകാത്ത പോലെ ഞാൻ അവളെ നോക്കി.

മുഖവുരയൊന്നും ഇടാതെ അവൾ പറയുന്നതുകേട്ടു സ്തബ്ദയായി ഞാനിരുന്നു. ഹസീനയുടെ ആ പുതിയ ഭാവങ്ങൾ വായിച്ചെടുക്കാൻ എനിക്കു കഴിയുന്നതിനുമപ്പുറത്തായിരുന്നു.

ഹസീന എന്നോടു പറയാൻ തുടങ്ങതിനു മുൻപേ മുകളിൽ നിന്നും ശക്തമായി വാതിൽ തട്ടുന്ന ശബ്ദം കേട്ടു. അവൾ ഒന്നും മിണ്ടാതെയിരുന്നു. എന്തൊക്കെയോ വീണ്ടും വീണ്ടും ഉച്ചത്തിൽ വിളിച്ചു പറയുന്നു. ഞാൻ എന്താണെന്ന് മനസ്സിലാകാത്ത രീതിയിൽ അവളെ നോക്കി.

ഹസീന വീണ്ടും മുകളിലേയ്ക്ക് കയറി തിരിച്ചിറങ്ങുമ്പോൾ അതിവേഗത്താൽ ഗോവണി പടികളിറങ്ങി ഒരാൾ ഓടിയിറങ്ങി വരുന്നു. ബർമുഡ മാത്രമണിഞ്ഞ് ഒരു കുട്ടിയെ പോലെ ഇറങ്ങി വരുന്നത് റഷീദിക്കയായിരുന്നു. ഞാൻ ഞെട്ടി ഇരുന്നിടത്തു നിന്നു എഴുന്നേറ്റു. ഹസീനയുടെ മുഖത്തേയ്ക്കു നോക്കി. അവൾ അന്നേരം എന്നെ നോക്കുന്നില്ലായിരുന്നു.

റഷീദിക്ക നേരെ ഡൈനിംഗ് ടേബിളിലേയ്ക്ക് ഓടി. ഹസീന കൊണ്ടുവന്ന് വച്ച പലഹാരങ്ങളിലേയ്ക്ക് ആർത്തിയോടെ നോക്കി. ഭക്ഷണസാധനങ്ങൾ കാണാത്ത ഭാവം. അത്യാർത്തിയോടെ എടുത്തു കഴിച്ചു.

ഒന്നും രണ്ടും പൊതി കേക്കുകൾ പോക്കറ്റിൽ തിരുകി. രണ്ടെണ്ണം കയ്യിൽ പിടിച്ചു.അതിനുശേഷം മാത്രമാണ് എന്നെ ശ്രദ്ധിച്ചത്. റഷീദിക്ക എന്നോട് ചിരിച്ചു. അന്ന് ഹസീനയെ പെണ്ണു കാണാൻ വന്നപ്പോഴും ഇതേ ചിരിയായിരുന്നു. പക്ഷേ ഇതുപോലെ ബഹളമായിരുന്നില്ല. ശാന്തനായി സദാ ചിരിക്കുന്ന ഭാവമായിരുന്നുവെന്ന് ഞാൻ ഓർത്തു. ചിരിച്ചുകൊണ്ട് ഒരു പൊതി കേക്ക് എനിക്കു നേരെ നീട്ടി. നിറകണ്ണുകളോടെ അദ്ദേഹത്തിന്റെ ചെയ്തികൾ നോക്കി കൊണ്ടിരിക്കുന്ന എനിക്കതു വാങ്ങാതിരിക്കുവാൻ ആയില്ല.

ഞാനതു വാങ്ങിച്ചപ്പോൾ അടുത്തത് ഹസീനയ്ക്ക് നേരെ നീട്ടി. അവളും അതു വാങ്ങിച്ചപ്പോൾ ചിരിച്ചുകൊണ്ട് മുകളിലേയ്ക്ക് ഗോവണികൾ ഓടി കയറി. എനിക്കു കാര്യങ്ങൾ ഏകദേശം ഊഹിച്ചെടുക്കുവാൻ കഴിഞ്ഞു. ധൃതി പിടിച്ചുള്ള നിക്കാഹിന്റെ ഒരുക്കങ്ങൾ എളേപ്പയും എളേമ്മയും അറിഞ്ഞുകൊണ്ടുള്ള കുരുക്കുകളായിരുന്നു. ഹസീനയുടെ

ജീവിതത്തെ ആ കുരുക്കുകളാൽ മുറുക്കിയിരിക്കുന്നു. ഏങ്ങലൊടുക്കാനാകാതെ ഞാൻ ഹസീനയെ കെട്ടിപ്പിടിച്ചു കരഞ്ഞു. അവളുടെ കണ്ണുകളിൽ നിന്നും ഒരു തുള്ളി കണ്ണുനീർപോലും പൊടിഞ്ഞിരുന്നില്ല. മറ്റു കുഴപ്പമൊന്നുമില്ലാ ഹുതാ. കുട്ടികളെപ്പോലെയാണ്. നിഷ്കളങ്കമാണ്. എന്നെ വല്ല്യകാര്യമാണ്. ഇവിടെ ആരുമില്ലെന്ന് ആൾക്കു മനസ്സിലായിട്ടുണ്ട്. അതുകൊണ്ട് മുറിയ്ക്ക് പുറത്തിറങ്ങാൻ തിരക്ക് കൂട്ടിയതാണ്. എപ്പോഴും ഞാൻ അടുത്തുണ്ടായിരിക്കണം. വിശപ്പ് ഇത്തിരി കൂടുതലാണ്. ഇക്കയെ വലിയ പേടിയാണ്.

അതുകൊണ്ട് ഇക്ക ഉള്ളപ്പോൾ തീരെ പുറത്തേയ്ക്കു വരികയില്ല. ഇത്തയേയും പേടിയാണ്. അതുകൊണ്ട് അവർ ഉള്ളപ്പോൾ അനുസരണക്കേട് കാണിക്കുകയില്ല. വിരുന്നുകാർ ആരെങ്കിലും വന്നാൽ ഞങ്ങൾ മുറിയിൽ തന്നെ ഒതുങ്ങും.

താഴെ വന്നാൽ ടേബിളിൽ ഭക്ഷണസാധനങ്ങൾ നിരന്നു ഇരിക്കുന്നതു കണ്ടാൽ അതു നോക്കി നില്ക്കും. ആർക്കും അത് ഇഷ്ടപ്പെടുകയില്ലല്ലോ. വല്ലപ്പോഴും അറിയാതെ മൂത്രം പോകും. ഡയപ്പർ കെട്ടികൊടുക്കാറുണ്ട്. കുളിക്കാൻ ഒന്ന് സഹായിക്കണം. ശാരീരിക വളർച്ചയുണ്ട്. അതിലേയ്ക്ക് മനസ്സും പ്രവൃത്തിയും വളർച്ച പ്രാപിച്ചിട്ടില്ല. ഞാൻ വരുന്നതിനു മുമ്പ് ഉമ്മയായിരുന്നു എല്ലാം ചെയ്തുകൊണ്ടിരുന്നത്. സബീനപ്പാട്ട് പാട് എന്ന് ഉറക്കം വരുമ്പോൾ പറഞ്ഞുകൊണ്ടിരിക്കും. ഉമ്മ അത് പാടികൊടുത്തായിരുന്നു ഉറക്കിയിരുന്നത്. സബീനപ്പാട്ട് വളരെ ഇഷ്ടമാണ്. ഇപ്പോൾ ഞാനും സബീനപ്പാട്ടുകൾ പാടാൻ പഠിച്ചു. അത് പാടികൊടുത്താൽ വേഗം ഉറങ്ങും.

ഇങ്ങനെ ഒരു മകൻ ജനിച്ചതിലൂടെ തനിക്കുലഭിച്ച അനുഗ്രഹങ്ങൾ ബാപ്പ എണ്ണി എണ്ണി പറയും. ഇതെല്ലാം പറയുമ്പോഴും ഹസീനയുടെ ശബ്ദത്തിന് ഒരു പതർച്ചയോ, ഇടർച്ചയോ ഇല്ലായിരുന്നു.

എല്ലാം കേട്ടു നിറഞ്ഞ കണ്ണുകളോടെ ഞാൻ അവളുടെ മുഖത്തേയ്ക്കു നോക്കി. ആ മുഖത്ത് പടർന്നിരിക്കുന്നത് രതിയും സതിയും ഒരേ സമയം എരിഞ്ഞടങ്ങിയിരിക്കുന്ന ഭാവമായിരുന്നുവെന്ന് എനിക്കു തോന്നി.

'ഹസീനാ, നിനക്കു ദു:ഖമില്ലേ, നീ ആരോടും ഒന്നും പറഞ്ഞില്ലല്ലോ?'

'എനിക്ക് ദു:ഖമില്ലല്ലോ ഹുതാ, ദു:ഖിച്ചിട്ട് എന്ത് ഫലം.'

'ഒരു ജീവിതം നിനക്കില്ലാതെ പോയല്ലോ ഹസീനാ.'

'ആരു പറഞ്ഞു ഹുതാ, ഞാൻ ജീവിക്കുകയാണ്. ഒരാളെ ജീവിപ്പിക്കുകയാണ്. അതിന് എല്ലാവർക്കും കഴിയില്ലല്ലോ. നല്ല ഭക്ഷണം ഉണ്ട്.

വസ്ത്രങ്ങളുണ്ട്. അണിയാൻ ആഭരണങ്ങളുണ്ട്. ഇവിടെ ആരും എന്നെ ഉപദ്രവിക്കുന്നില്ല. ഞാൻ സന്തോഷവതിയാണ് ഹുതാ. കിട്ടാകനിയെ ആഗ്രഹിക്കാതിരിക്കാൻ ഞാൻ പഠിച്ചിട്ടുണ്ട്. നമ്മുടെ ജീവിതം അങ്ങനെയായിരുന്നല്ലോ. ഒരു ജീവിതത്തിനും അർത്ഥവുമില്ല, വാറന്റിയുമില്ല. എനിക്കുമുണ്ടായിരുന്നു ഹുതാ മോഹങ്ങൾ.

ഒന്നും കൈയ്യെത്തി പിടിക്കുവാൻ കഴിയില്ലയെന്ന ഉത്തമ ബോധ്യം എനിക്കുണ്ടായിരുന്നു. അതുകൊണ്ട് മോഹിച്ചാലും, സ്വപ്നങ്ങൾ കാണുവാൻ ഞാൻ ഭയപ്പെട്ടിരുന്നു. രണ്ടു പൂച്ചക്കണ്ണുകൾ സദാ എന്നെ പിൻതുടർന്നിരുന്നു. ആ കണ്ണുകളെ ഞാനും ആരും അറിയാതെ വല്ലാതെ മോഹിച്ചുപോയിരുന്നു. പക്ഷേ യത്തീമുകൾക്ക് ആഗ്രഹിക്കാൻ പരിമിതികൾ ഉണ്ടെന്ന് ഞാൻ മനസ്സിലാക്കിയിരുന്നു ഹുതാ...'

മൊഞ്ച് കണ്ട് ഞാൻ പൂത്ത പണക്കാരിയാണെന്ന് കരുതി എളേപ്പയോട് അന്വേഷിച്ചു. പക്ഷേ ഇന്ന് അയാൾ എളേപ്പയുടെ മകളുടെ ഭർത്താവാണ്. വിരുന്ന് സൽക്കാരത്തിനായി അവർ ഇവിടെ വന്നിരുന്നു.

യാത്ര പറഞ്ഞു ഇറങ്ങി കാറിൽ കയറുന്ന നേരം ആ കണ്ണുകൾ എന്റെ മുറിയിലെ തുറന്നിട്ട ജനൽവഴി കണ്ടിരുന്നു. അന്നേരം ഞാനും എന്റെ പുതിയാപ്ലയും പുറത്തേയ്ക്കു കടക്കാതെ ഞങ്ങളുടെ മണിയറയിലായിരുന്നു. എളേപ്പ ചെയ്ത ഉപകാരസ്മരണയായ ഈ ജീവിതത്തിൽ ഞാൻ സു:ഖ സംതൃപ്തിയിലാണ് ഹുതാ. അന്നേരം ഹസീന പറയുന്നതെല്ലാം കേൾക്കുന്നുണ്ടായിരുന്നുവെങ്കിലും ആ പൂച്ചക്കണ്ണുകളെ ഞാൻ എന്റെ ഓർമ്മയിൽ പരതുകയായിരുന്നു. പൊടുന്നനെ ടൗണിലെ ബേക്കറിയുടമയുടെ കണ്ണുകൾ എന്റെ മനസ്സിൽ തെളിഞ്ഞു. വേർതിരിച്ചെടുക്കുവാനാകാത്ത ഒരു ഭാവത്തോടെ ഞാൻ ഹസീനയെ നോക്കി. അന്നേരം അവളുടെ കണ്ണുകൾക്ക് കലക്കം ഉണ്ടായിരുന്നു. അതറിയാതിരിക്കാൻ അവൾ ചിരിവരുത്തി. ചിരിയിലെ പിശുക്കും അന്നേരമുണ്ടായിരുന്നില്ല. ഞാൻ കരിച്ചിലടക്കുവാൻ പാടുപെടുകയായിരുന്നു. അതിനിടയിൽ അവൾ വീണ്ടും പറഞ്ഞു. ഉമ്മേനേം അമ്മായിയേയും ഒന്നും അറിയ്ക്കരുത് ഹുതാ. കൈവന്ന ഭാഗ്യത്തിൽ മതിമറന്ന് അഹങ്കരിച്ചു കഴിയുന്ന മകളും, മരുമകളുമായി അവരുടെ മനസ്സിൽ എനിക്കുള്ള സ്ഥാനം അങ്ങനെ തന്നെ ഇരുന്നാൽ മതി. ഇടയ്ക്ക് ഉമ്മയ്ക്ക് പരിഭവം പറയുവാനും ശാപവാക്കുകൾ ഉച്ചരിക്കുവാനും എന്റെ അവസ്ഥ ഉമ്മ അറിയാതിരിക്കട്ടെ. ഇല്ലെങ്കിൽ ഉമ്മ എന്റെ അവസ്ഥയോർത്ത് വേദനിക്കും. അതു ഒരു പക്ഷേ ഉമ്മയ്ക്ക് താങ്ങാവുന്നതിനും അപ്പുറമാകും ഹുതാ. ഒരു കാര്യത്തിൽ മാത്രം അവർ കർശനമായ താക്കീതു എനിക്ക് നല്

കിയിട്ടുണ്ട്. യാതൊരു കാരണവശാലും റഷീദിക്കയെ കുറിച്ച് മറ്റുള്ള വർ അറിയരുതെന്ന്. അഞ്ചു ലക്ഷം രൂപ അവർ എന്റെ പേരിൽ ബാങ്കിൽ നിക്ഷേപിച്ചിട്ടുണ്ട്. അതിന്റെ ബോണ്ട് ഉമ്മ എനിക്കു കാണിച്ചു തന്നിരുന്നു. ഈ വീടും സ്ഥലവും ബാപ്പയുടേയും ഉമ്മയുടേയും കാല ശേഷം റഷീദിക്കക്ക് ഉള്ളതാണ്. അദ്ദേഹത്തിന്റെ ഭാര്യ എന്ന നിലയിൽ മരണം വരെ എനിക്കും ഇവിടെ കഴിയാം. ഇക്കയ്ക്കും ഇത്തയ്ക്കും ഹോട്ടലിനോട് ചേർന്ന് പുതിയ വീട് എടുക്കുന്നു. എല്ലാം കൊണ്ടും ഞാൻ സന്തോഷവതിയാണ് ഹുതാ.

നിനക്കീ ബന്ധം വേണ്ടെന്ന് വച്ചു കൂടേ ഹസീന. നമ്മുക്കതിന് അവകാശമുണ്ട്. നമ്മുടെ മതം അതു നിഷ്കർഷിക്കുന്നുണ്ട്. ഭാര്യയുടെ വിവാഹമോചനവകാശം ഫസ്ഖ് എന്ന സമ്പ്രദായത്തിലൂടെ. അറിയാതെ, കൂടുതൽ തിരക്കാതെ പുറം പൂച്ച് കണ്ട് പെട്ടുപോയി, ജീവിതം വെറുതെ പാഴാക്കരുത് ഹസീന.

അങ്ങനെയൊരു മോചനം നേടി അവിടെ വന്നു നിന്നിട്ടെന്തു കാര്യം. ഒഴിഞ്ഞു പോയ ഭാരം വീണ്ടുമെത്തി ഉള്ളതു താങ്ങാനാവാതെ വീർപ്പു മുട്ടുന്ന ഉമ്മയുടെ തോളിലേയ്ക്ക് എടുത്തു വച്ചു കൊടുക്കുണമോ. അതു മാത്രമല്ല ഇപ്പോൾ കൈവന്ന ഭാഗ്യത്തെക്കുറിച്ച് സംസാരിക്കുന്ന ബന്ധുക്കളും നാട്ടുകാരും അകലെയായതിനാലും, നിക്കാഹ് ആഘോഷമാക്കാത്തതിനാലും ആർക്കും ഒന്നും ചുരണ്ടിയെടുക്കുവാൻ സാധിച്ചിട്ടില്ല. മഹാഭാഗ്യവതിയായ് അവർക്കിടയിൽ എന്നും ഞാൻ സംസാര വിഷയമാകട്ടെ. മറ്റുള്ളവർക്കിടയിൽ ഒരു പരിഹാസ കഥാപാത്രമായി തീരുവാൻ ഞാൻ ആഗ്രഹിക്കുന്നില്ല ഹുതാ.

ജീവിതമൊരിക്കലും വിചാരിച്ച പാതയിലൂടെ നടന്നുകയറുവാൻ കഴിഞ്ഞെന്ന് വരികയില്ല. അപ്പോൾ മുൻപിൽ കാണുന്ന പാതയിലൂടെ നടന്നു തീർക്കുക. നേർപ്പാതയിലൂടെയാകുമ്പോൾ അനായാസം നടന്നു തീർക്കുവാൻ കഴിയും. മറ്റേത് ദുർഘടം പിടിച്ച പാതയായിരിക്കും. രണ്ടായാലും എത്തിച്ചേരുക ഒരിടത്തു തന്നെ. നീ എന്നെക്കുറിച്ച് സങ്കടപ്പെടേണ്ട ഹുതാ. വിധിയുടെ വിഴുപ്പാകാനും ചിലർ വേണ്ടേ?. ഇടറാതെ പതറാതെയുള്ള ആ ശബ്ദം എനിക്കൊരിക്കലും അത്ഭുതമായിരുന്നില്ല. നീ വൈകിക്കേണ്ട ഹുതാ. പോയവരെല്ലാം എപ്പോഴോണ് മടങ്ങിയെത്തുക എന്ന് കൃത്യമായ അറിവിനെക്കില്ല.

ആരുമില്ലാത്ത നേരത്ത് നിന്നെ എന്തിനായിരിക്കും ഞാൻ വിളിച്ചു വരുത്തിയതെന്ന് കരുതേണ്ട. നമ്മുടെ വീട്ടിൽ നിന്നും ആരും വരുന്നതിനോട് മാത്രം ഇവിടെയാർക്കും യോജിപ്പില്ല. ഒന്നു രണ്ടു തവണ വന്ന ദി

വസങ്ങളിൽ തന്നെ എല്ലാവരുടേയും മുഖത്ത് ഒരു അനിഷ്ടഭാവമായി രുന്നു.'

പിന്നീടൊന്നുമെനിക്ക് അവളോട് പറയാനുണ്ടായിരുന്നില്ല. ഞാനവളുടെ കൈകളിൽ മുറുകെ പിടിച്ചു. ആ കൈകൾക്ക് നല്ല ചൂടായിരുന്നു. ആരോടും ഒന്നും പറയാത്ത അവളുടെ തിളച്ചുമറിയുന്ന ചിന്തകളുടെ പ്രതിഫലനമായിരിക്കും അതെന്നെനിക്ക് തോന്നി. ഇത്രയും കൂടുതൽ അവൾ സംസാരിച്ചതു തന്നെ അത്ഭുതമായിരുന്നു. ഞാൻ അവളോട് യാത്ര പറഞ്ഞിറങ്ങി. ആ സമയം അവളെന്നോട് ചോദിച്ചു. പൈസയുണ്ടോ ഹുതാ. ഉണ്ട്, ഞാൻ അമ്മായിയോട് കള്ളം പറഞ്ഞ് പൈസ വാങ്ങിച്ചിട്ടുണ്ട്. ഒരു സമാധാനത്തിന് ഞാൻ ചോദിച്ചതാണ്. ഇല്ലെന്ന് പറഞ്ഞാലും ഒരു നാലയണയെടുക്കാൻ എന്റെ കയ്യിലില്ല ഹുതാ. ഹസീനയ്ക്ക് എന്തെങ്കിലും കൊടുത്തുപോരുവാൻ എന്റെ കയ്യിൽ അധികം ഇല്ലായിരുന്നു. ഇനി വൈകിക്കേണ്ട. ഹസീന വീണ്ടും പറഞ്ഞു. കുറേദൂരം യാത്രയുള്ളതല്ലേ. ഒരു ബസ്സ് എങ്ങാനും തെറ്റിപോയാൽ വീട്ടിലെത്താനുള്ള പതിവ് സമയം വൈകും. പിന്നെ ചോദ്യച്ചെയ്യപ്പെടലുകളുണ്ടാകാം.

അവൾ എനിക്കൊപ്പം സിറ്റൗട്ടിലേയ്ക്കു ഇറങ്ങി വന്നു. ഞാൻ ഒന്നുകൂടി അവളെ നോക്കി മുറ്റത്തേയ്ക്കിറങ്ങി. ഗെയ്റ്റ് കടക്കുന്നതിന് മുൻപ് വീണ്ടും ഒരിക്കൽ കൂടി ഞാൻ ഹസീനയെ നോക്കി. അസ്വസ്ഥമായിരുന്നു എന്റെ മനസ്സ്. മുകളിലേയ്ക്ക് ഞാൻ നോക്കി. ജനൽ പാളികളിലൂടെ പുറത്തേയ്ക്കു നോക്കി നില്ക്കുന്ന റഷീദിക്ക. ആ നില്പ്പ് എന്റെ മനസ്സിൽ അലിവുണർത്തി . ഞാൻ ഗെയ്റ്റ് തുറന്നു പോകുന്നതും നോക്കി ഹസീന അവിടെ തന്നെ നില്ക്കുന്നുണ്ടായിരുന്നു. അവിടുന്നിറങ്ങുമ്പോൾ വിലപ്പെട്ട എന്തോ മറന്നു വച്ച പ്രതീതി  എന്നിലുളവായിരുന്നു.

അമ്മായി പറഞ്ഞ സാധനങ്ങൾ എല്ലാം വാങ്ങി ഞാൻ പതിവിലും നേരത്തേ വീട്ടിലെത്തി. ഉമ്മ എത്തിയിരുന്നില്ല. ഉമ്മറപ്പടി കയറുമ്പോൾ തന്നെ അമ്മായിയുടെ മെഷീൻ ചലിക്കുന്ന ശബ്ദം കേട്ടു. മ്ലാനമായ മുഖം മാറ്റി സന്തോഷം വരുത്തി. എന്നെ കണ്ടതും അമ്മായി ചോദിച്ചു ഇന്ന് നേരത്തേയാണല്ലോ ഹുതാ. കുറച്ചു നേരത്തേ ഇറങ്ങി അമ്മായി. വാങ്ങിയ സാധനങ്ങൾ  അമ്മായിയെ ഏല്പ്പിച്ചു. സ്ലൈഡ് വാങ്ങിക്കാൻ കയറിയ സ്റ്റേഷനറി കടയിലെ ഏറ്റവും വിലകുറഞ്ഞ സ്ലൈഡും പേനയും മഷിയും വാങ്ങി ഒരു വിധം പൈസ ബാലൻസ് ചെയ്തിരുന്നു. എല്ലാം അമ്മായിയെ ബോധിപ്പിച്ചു. അതിനുശേഷം കിണറ്റിൻ കരയിൽ ചെന്ന് വെള്ളം കോരി. കുളിപ്പുരയിൽ കയറി തലയിലൂടെ ശരീരത്തിലോട്ട് തണുത്ത വെള്ളം വീണപ്പോൾ ഒരാശ്വാസം പോലെ അടയ്ക്കി

പിടിച്ച എന്റെ സങ്കടം ഞാൻ കരഞ്ഞു തീർത്തു. ഞാൻ പോരുന്നോളം നോക്കി നില്ക്കുന്ന ഹസീനയും മുകളിൽ ജനാലയിൽ പിടിച്ചു നോക്കി നില്ക്കുന്ന റഷീദിക്കയും ആ രണ്ടു മനുഷ്യരൂപങ്ങളെക്കുറിച്ചോർത്തപ്പോൾ ഒരു പെരുമഴപോലെ തോരാതെ പെയ്തു. കുറച്ചൊന്നു കഴിഞ്ഞപ്പോൾ എനിക്കൊരാശ്വാസം ലഭിച്ചു. അതിനുശേഷം കുളിപ്പുരയിൽ നിന്നു പുറത്തിറങ്ങി. എത്ര കഠിനമായ മുറിപ്പാടുകൾ മനസ്സിലേറ്റാലും താങ്ങാൻ പഠിക്കണം. മറ്റുള്ള പാഠങ്ങൾ പഠിക്കുന്നതിനേക്കാൾ വലിയ പാഠമാണിത്.

ഹസീന അത് എത്രയോ നേരത്തേ വശമാക്കിയിരിക്കുന്നു. ഉച്ചയ്ക്ക് ഒന്നും കഴിക്കാത്തതിനാൽ വിശപ്പുണ്ടായിരുന്നു. ബാഗിൽ നിന്നും ചോറ്റുപാത്രം എടുത്ത് അടുക്കളയിലേയ്ക്ക് ചെന്ന് പാത്രം തുറന്ന് മുന്നിൽ ഇരുന്നപ്പോൾ ഹസീനയുടെ മുഖം മുന്നിൽ തെളിഞ്ഞു. വിശപ്പുകെട്ടടങ്ങി. ആ ചോറ്റു പാത്രത്തിന്റെ മുൻപിലിരുന്നു ഞാൻ ആ രണ്ടു മുഖങ്ങളെക്കുറിച്ചാലോചിച്ചു. റഷീദിക്ക എന്ന മനുഷ്യൻ എന്തു പിഴച്ചു. അദ്ദേഹത്തിനോട് വെറുപ്പോ, വിരോധമോ തോന്നാൻ കാരണങ്ങൾ ഒന്നും തന്നെയില്ല. അദ്ദേഹം ഒന്നും അറിഞ്ഞിട്ടില്ല. ഒന്നും മനസ്സിലാക്കിയിട്ടില്ല. തന്റെ ഉമ്മയ്ക്ക് പകരമായി തന്നെ സ്നേഹിക്കുവാനും കാര്യങ്ങൾ നോക്കുവാനും സബീനപ്പാട്ടുകൾ പാടിയുറക്കുവാനും ഒരാൾ. ആ ആളെ അദ്ദേഹം സ്നേഹിക്കുന്നു. കുട്ടികളെപ്പോലെ പറയുന്നത് അനുസരിക്കുന്നു. ഹസീന പറഞ്ഞതാണ് ശരി . അവളാണ് വിധിയുടെ വിഴുപ്പായി മാറിയത്. ആരെയാണ് പഴിയ്ക്കേണ്ടത്. ആരിലാണ് പഴിചാരേണ്ടത്. മനുഷ്യരിലോ?. വിധിയിലോ?

വിധിയെപ്പോലും വിഡ്ഢികളാക്കുന്ന ജന്മങ്ങളുണ്ട്. അതായിരിക്കും ഹസീനയെ ഒരു പക്ഷേ വിധിയുടെ വിഴുപ്പാക്കിയത്. ചോറ്റു പാത്രത്തിൽ നിന്നും രണ്ടുരുള വാരിത്തിന്നു. ബാക്കി അരിക്കാടി വെള്ളവും കഞ്ഞി വെള്ളവും ഒഴിച്ചു വയ്ക്കുന്ന ബക്കറ്റിലിട്ടു. അടുത്ത വീട്ടിലെ പശുക്കൾക്കുള്ള വെള്ളമാണ്. അവർ അത് ഉച്ച തിരിഞ്ഞാൽ എടുത്തു കൊണ്ടു പോകും. ബക്കറ്റും അവർ തന്നെ കൊണ്ടു വന്നു വയ്ക്കുന്നതാണ്. ഉമ്മ കാണുകയാണെങ്കിൽ കഴിക്കാതെ കളയുന്ന അന്നത്തെ ചൊല്ലി വഴക്കാകും. പാത്രങ്ങളെല്ലാം കഴുകി വച്ചതിനുശേഷം ഞാൻ അമ്മായിക്കരികിലേയ്ക്കു ചെന്നു.

തയ്ച്ചു കഴിഞ്ഞിരുന്നതെല്ലാം മടക്കി വയ്ക്കുകയായിരുന്നു അമ്മായി. എന്നെ കണ്ട് അമ്മായി ചോദിച്ചു. എന്താ ഹുതാ മുഖത്തൊരു ഉത്സാഹമില്ലായ്മ. ഒന്നൂല്യ അമ്മായി എന്നു പറഞ്ഞു കൊണ്ടുതന്നെ ഞാൻ

ചോദിച്ചു.

'ഹസീനയ്ക്കു കൈവന്ന സൗഭാഗ്യത്തെപ്പറ്റി അമ്മായിക്കെന്താ തോന്നുന്നത്?'

'എന്തു തോന്നാൻ?' അമ്മായി പറഞ്ഞു.

'ഹസീന നമ്മളെ മറന്നെങ്കിലും ഓള് സുഖമായി കഴിയട്ടെ. ഓളെ കുറ്റം പറഞ്ഞിട്ട് കാര്യമില്ലാ ഹുതാ. പുതിയ സുഖസൗകര്യങ്ങളും, സമ്പത്തും സൗഭാഗ്യമൊക്കെ ചുറ്റിലുമുള്ളപ്പോൾ അതനോടെല്ലാം ഇഴകിചേർന്നു കഴിഞ്ഞാൽ പഴയതെല്ലാം മറന്നു പോകും. പിന്നെ അവർക്കൊത്ത സ്റ്റാറ്റസിൽ ജിവിക്കണം. ഓള്, ഓളുടെ പുതിയാപ്ലയുമായി സുഖമായി കഴിയട്ടെ ഹുതാ.' ഞാൻ ഒന്നും പറയാതെ നില്ക്കുന്നത് കണ്ടു അമ്മായി എന്നോട് ചോദിച്ചു.

'നീയെന്താ ഇപ്പാഴിങ്ങനെ ചോദിച്ചത്?'

'ഓ വെറുതെ അമ്മായി.' ഹസീനയെ പെട്ടെന്ന് ഓർത്തപ്പോൾ ചോദിച്ചുപോയതാ.

ഉമ്മ പണി കഴിഞ്ഞു വന്നു. ചൂടാക്കി വെച്ച വെള്ളത്തിൽ കുഴമ്പു തേച്ചു കുളിച്ചു. കുറച്ചിടയായി ഉമ്മയ്ക്ക് പൊതുവെ ക്ഷീണമാണ്.

അന്നു രാത്രി കിടക്കുമ്പോൾ ഞാൻ സബീനപ്പാട്ടുപാടുവാൻ വാശി പിടിക്കുന്ന റഷീദിക്കയെ ഓർത്തു. ഒരു ഉമ്മയെപ്പോലെ സബീനപ്പാട്ടു പാടി ഉറക്കുന്ന ഹസീനയെ ഓർത്തു. ആ പൂച്ചക്കണ്ണുകൾ രാത്രികളിൽ അവളെ അലോസരപ്പെടുത്തുന്നുണ്ടാകില്ലേ. ഞാൻ ഉറക്കമില്ലാതെ തിരിഞ്ഞും മറിഞ്ഞും കിടന്നു. മനസ്സിനു ഭാരപ്പെട്ടത് മറവിയിലാഴ്ത്താൻ മനശക്തി നല്കുവാൻ പരമകാരുണീകനായ അല്ലാഹുവിനോട് ഞാൻ പ്രാർത്ഥന ചെയ്തു. അനുഗ്രഹങ്ങളെല്ലാം അല്ലാഹുവിന്റെ കൈകളിലാണ്. അവനിച്ഛിക്കുന്നവർക്ക് അവനതു നല്കുക തന്നെ ചെയ്യും. അല്ലാഹു ഏറെ വിശാലതയുള്ളവനാണ്. എല്ലാം അറിയുന്നവനാണ്. പ്രാർത്ഥനയാൽ ആശ്വസിച്ചുകൊണ്ട് ഞാൻ കിടന്നു.

ഇടയ്ക്കിടെ ഉമ്മ ഹസീനയെക്കുറിച്ച് പറയും. ശാപവാക്കുകൾ ചൊരിയും. അതു കേൾക്കുമ്പോൾ എന്റെ ഉള്ളം നീറും. എനിക്കറിയാം ആ ശാപവാക്കുകളൊന്നും അവൾക്കേൽക്കുകയില്ലയെന്ന്.

ശാപാഗ്നിയിൽ വെന്തു വെണ്ണീറാകാൻ ആ വിധിയുടെ വിഴിപ്പിന് ബാക്കിയെന്തുണ്ട്. ഉമ്മയുടെ മനസ്സറിഞ്ഞുള്ള പ്രാക്കുകളായിരുന്നില്ല ആ വാക്കുകളൊന്നും. മകളെ കാണാത്തതിലുള്ള അവൾ പെറ്റമ്മയെ കാണാൻ വരാത്തതിലുള്ള വേദനകളായിരുന്നു അതെല്ലാം. ഇടയ്ക്കുമ്മ പറയും ഓളെയൊന്ന് കാണാൻ പോയാലോ ഹുതാ. പെട്ടെന്ന് ഞാൻ

തടയിടും. എന്തിനാണുമ്മാ ഹസീനയ്ക്കരികിൽ പോകുന്നത്. ഒരു കവറും കയ്യിൽ തൂക്കിപിടിച്ച് ഒരു അഗതിയെപ്പോലെ അവിടേയ്ക്കു കയറി ചെല്ലുന്നത് അവർക്കെല്ലാം അപമാനകരമാണ് ഹസീനയും അവരുടെ ഇടയിൽ അപഹാസ്യയാകും . എന്തിനാണുമ്മ നമ്മൾ ചെന്നു അവളെ വിഷമത്തിലാക്കുന്നത്. അവൾ സന്തോഷമായി കഴിയട്ടെ ഉമ്മാ. പിന്നീട് ഉമ്മ ഒന്നും പറയാറില്ലായിരുന്നു. വ്യസനം ഉള്ളിലൊതുക്കി എന്തെങ്കിലുമെല്ലാം സ്വയം പറഞ്ഞുകൊണ്ടിരിക്കും. ഒരിക്കലും ഹസീനയുടെ ജീവിതം ഉമ്മ അറിയരുതെന്ന് എനിക്കാഗ്രഹമുണ്ടായിരുന്നു. ഉള്ളിൽ കുറച്ച് പരിഭവമുണ്ടായാൽ പിന്നീട് ഉമ്മ ഹസീനയ്ക്കരികിലേയ്ക്ക് പോകുവാനുള്ള ആഗ്രഹത്തെക്കുറിച്ച് പുറമെ സംസാരിക്കുകയില്ലെന്ന് എനിക്കറിയാമായിരുന്നു.

ഓർക്കാപ്പുറത്തായിരിക്കും വിധിയുടെ ചില പ്രഹരങ്ങളേറ്റ് നാം അടിപതറുക. വീണ്ടും വീണ്ടും ആ പ്രഹരങ്ങളേൽക്കുവാനായി വിധി തിരഞ്ഞെടുത്തത് ഞങ്ങളുടെ കുടുംബത്തേയായിരുന്നുവെന്ന് തോന്നാറുണ്ട്.

ഉമ്മ വളരെ ക്ഷീണിതയായി കാണപ്പെട്ടു. ക്ഷീണം വകയ്ക്കെടുക്കാതെ ഉമ്മ ജോലിയ്ക്കു പോയിക്കൊണ്ടിരുന്നു. അടുത്തുള്ള ഡിസ്പൻസറിയിലായിരുന്നു ഞങ്ങൾ അസുഖങ്ങൾ വന്നാൽ ഡോക്ടറെ കാണിക്കുക. ഒരിക്കലും ഉമ്മ അസുഖങ്ങൾ വന്നാൽ ഡോക്ടറെ കാണിക്കുക പതിവില്ലായിരുന്നു. ഗൃഹവൈദ്യങ്ങൾ ചെയ്ത് സ്വന്തം അസുഖം മാറ്റിയെടുക്കും. ബാപ്പയ്ക്കും പതിവ് അങ്ങനെയായിരുന്നുവല്ലോ. അപ്രാവശ്യമെന്തോ ഉമ്മയ്ക്ക് സഹിക്കാൻ കഴിയാത്ത വയറുവേദനയായിരുന്നു. നില്ക്കാത്ത ഛർദ്ദി, ഞാനും അമ്മായിയും കൂടെ ജോസേട്ടന്റെ ഓട്ടോയിൽ ഉമ്മയെ ഡിസ്പെൻസറിയിൽ എത്തിച്ചു ഡോക്ടറെ കാണിച്ചു. അവിടുന്നു ലഭിക്കുന്ന മരുന്നുകൾ കൂടാതെ പുറമേ നിന്നുള്ള മരുന്നിനു കൂടി ഡോക്ടർ കുറിപ്പെഴുതി. തിരിച്ചു വീട്ടിലെത്തി രണ്ടു മൂന്നു ദിവസത്തെ വിശ്രമവും മരുന്നും കൂടി ആയപ്പോൾ ഉമ്മയ്ക്ക് ആശ്വാസമായി. രണ്ടു ദിവസം കൂടി വിശ്രമിച്ചതിനു ശേഷം ഉമ്മ വീണ്ടും ജോലിയ്ക്കു പോകുവാൻ തുടങ്ങി. പക്ഷേ അധികം അത് തുടരുവാനായിരുന്നില്ല. വീണ്ടും ഉമ്മയ്ക്ക് അവശത കൂടി കൂടി വന്നു. അവശതയ്ക്കനുസരിച്ച് ഉമ്മയുടെ റബ്ബിന്റെ വിളി കൂടി വന്നു. വീണ്ടും ഉമ്മയെ ഡോക്ടറെ കാണിച്ചു. ഡോക്ടറുടെ നിർദ്ദേശപ്രകാരം വിശദമായ പരിശോധനയ്ക്കായി മെഡിക്കൽ കോളേജിലേയ്ക്കു കൊണ്ടുപോയി. വിവിധ ടെസ്റ്റുകൾക്കെഴുതി. പരിശോധനകൾക്ക് ശേഷം ഉമ്മയെ അവിടെ അഡ്മിറ്റ് ചെയ്തു. ഞാൻ ഉമ്മയ്ക്ക് കൂട്ടായി നിന്നു. അമ്മായി വീട്ടിലേയ്ക്കു

മടവങ്ങി. ഓരോ ദിവസങ്ങളിലായി ടെസ്റ്റുകൾ നടത്തപ്പെട്ടു. ഉമ്മയുടെ അസുഖത്തെ കുറിച്ചുള്ള വിവരമറിഞ്ഞു. ഒന്നും കാണാൻ കഴിയാത്ത വിധം എന്റെ കണ്ണുകൾ മഞ്ഞളിച്ചു.

ലാസ്റ്റ് സ്റ്റേജ് എന്ന് ഡോക്ടർമാർ വിധിയെഴുതി. മുകളിൽ നിന്നുമുള്ള വിധിയെഴുത്ത് ദൈവത്തിന്റേതും ഭൂമിയിലെ ജീവന്റെ വിധിനിർണ്ണയം ഡോക്ടർമാരുടെ കൈകളിലുമാണല്ലോ?.

അസ്വസ്ഥതകളും വേദനകളും വകയ്ക്കെടുക്കാതെ ഓടി നടന്നിരുന്ന ഉമ്മ. ഉമ്മപോലുമറിയാതെ സ്വന്തം ജീവനെ പതിയെ പതിയെ കാർന്നു തിന്നു കൊണ്ട് രണ്ടു ഇറുക്കുകാലുകൾ ഉൾപ്പടെയുള്ള പത്തുകാലുകൾ കൊണ്ട് ആ ജീവി ഉമ്മയുടെ ഉദരത്തിൽ പിടിമുറുക്കിയിരുന്നു.

ഹോസ്പിറ്റലിലെത്തി വിവരമറിഞ്ഞ അമ്മായി എന്നെ കെട്ടി പിടിച്ച് കരഞ്ഞു. ദിവസവും അമ്മായി ഹോസ്പിറ്റലിലേയ്ക്കു വരുമായിരുന്നു. തുടർചികിത്സകൾ ഫലവത്താകുമോ എന്ന് തോന്നുന്നില്ല. എങ്കിലും നമ്മുക്ക് ചികിത്സ തുടരാമെന്ന് ഡോക്ടർ പറഞ്ഞു. നമ്മൾ നിർണ്ണയിക്കുന്നതിനപ്പുറം മറ്റൊരു വിധിനിർണ്ണയം ഉണ്ടല്ലോ കുട്ടീ. എന്റെ മുഖത്തേയ്ക്ക് നോക്കി ഡോക്ടർ പറഞ്ഞു. എന്റെ തലകൾ യാന്ത്രികമായി ആടുന്നത് ഞാൻ അറിഞ്ഞു. ഹോസ്പിറ്റലിൽ നിന്നും ഡിസ്ചാർജ്ജ് ചെയ്തു ഉമ്മയുമായി ഞങ്ങൾ വീട്ടിലെത്തി.

തന്റെ അസുഖ വിവരം ഉമ്മയും മനസ്സിലാക്കിയിരുന്നു. അതിനുശേഷം ഉമ്മ ഒന്നും പ്രതികരിച്ചിട്ടില്ലായിരുന്നു. വേദനകൊണ്ട് പുളയുമ്പോഴും ഭക്ഷണമിറങ്ങാതെ വലയുമ്പോഴും ഉമ്മ തസ്ബിഹ് മാലയിൽ എണ്ണം പിടിച്ച് ദിക്ർ ചൊല്ലി. റബ്ബിനോടുള്ള ഉമ്മയുടെ പ്രാർത്ഥന എത്രയും വേഗം തന്നെ ഖബറിൽ എത്തിക്കണമേ എന്നായിരിക്കും. എന്തു ചെയ്യണമെന്നറിയാത്ത അവസ്ഥ ഞങ്ങൾ ഒരു പടുകുഴിയിലേയ്ക്ക് തള്ളപ്പെട്ടതുപോലെയായി. ഓരോ ദിവസങ്ങൾ കഴിയും തോറും അകപ്പെട്ട കുഴിയിലേയ്ക്ക് പതിയെ പതിയെ മണ്ണുപതിക്കുന്നതുപോലെ. ജീവനോടെ ആ കുഴിയിൽ മണ്ണിനാൽ മൂടപ്പെട്ടു ശ്വാസം ലഭിക്കാതെ പിടഞ്ഞു തീരുമോ എന്നെല്ലാം തോന്നി പോകുന്ന തരത്തിൽ വലിയൊരു ഭയം എന്നെ പിടി കൂടി. ജീവിതം വീണ്ടും താളം തെറ്റിയ അവസ്ഥ. രാത്രിയിൽ നെഞ്ചു വിങ്ങി കരയാത്ത ദിവസങ്ങളില്ലായിരുന്നു. ഉമ്മയുടെ അസുഖമറിഞ്ഞ് അതുവരെ വീട്ടിലെത്തി വിവരങ്ങൾ അറിയാത്ത ബന്ധുക്കൾ പോലുമെത്തി. ഉമ്മയ്ക്കരികിൽ നിന്ന് മരണത്തെ കുറിച്ചു സംസാരിച്ചു. അവസാനത്തെ ആഗ്രഹത്തെക്കുറിച്ച് ചോദിച്ചറിഞ്ഞു. മൂത്ത മകളുടെ സമ്പത്തിന്റെ ആധിക്യവും അതുവഴി തുടർ ചികിത്സ വലിയ

ഹോസ്പിറ്റലിലേയ്ക്ക് മാറ്റണമെന്നും നിർദ്ദേശിച്ചു കൊണ്ട് അവർ മന:സുഖം കണ്ടെത്തി തിരിച്ചു പോയി.

അടിത്തട്ടിലോട്ട് ആഴ്ന്നുപോകുന്നത് കണ്ട് മനപൂർവ്വമായി വേദനിപ്പിക്കുവാൻ വരുന്നവരാണ് ആ കൂട്ടർ. ആഴ്ന്നുപോകുന്ന അവസ്ഥയിൽ ആശ്വാസത്തിന്റെ കൈത്താങ്ങുകൾ നല്കാതെ കൂടുതൽ ആഴത്തിലേയ്ക്ക് പോകുന്നത് കണ്ട് സ്വയം ആശ്വാസം കണ്ടെത്താൻ വരുന്ന മനോരോഗികൾ. അവർ പറയുന്നതെല്ലാം കേട്ടു രാത്രികളിൽ തേങ്ങലടങ്ങാതെ ശബ്ദം പുറത്തേയ്ക്കു വരുമ്പോൾ ഉറങ്ങാതെ കിടക്കുന്ന അമ്മായി വിളിക്കും.

'ഹുതാ...'

'ഉം.'

എന്റെ മൂളിച്ച കേട്ട് അമ്മായി പറയും. നമ്മുടെ നാഥൻ അല്ലാഹുവാണ്. ആറ് നാളുകളായി ആകാശ ഭൂമികളെ സൃഷ്ടിച്ചവനാണവൻ. രാവിനെ കൊണ്ട് അവൻ പകലിനെ പൊതിയുന്നു. പകലാണെങ്കിൽ രാവിനെ തേടി കുതിക്കുന്നു. സൂര്യ-ചന്ദ്ര നക്ഷത്രങ്ങളെയെല്ലാം തന്റെ കല്പനയ്ക്ക് വിധേയമാം വിധം അവൻ സൃഷ്ടിച്ചു. സൃഷ്ടിക്കുവാനും കല്പിക്കുവാനും അവനു മാത്രമാണ് അധികാരം. സർവ്വലോക സംരക്ഷകനായ അല്ലാഹു ഏറെ മഹത്വമുള്ളവനാണ്. നാഥനോട് പ്രാർത്ഥിക്കുക. ആ നാഥൻ നമ്മുക്ക് കാവലാകും. അതു പറഞ്ഞെന്നെ ആശ്വസിപ്പിക്കുവാൻ ശ്രമിക്കുന്ന അമ്മായിയുടെ ശബ്ദവും ഇടറുകയായിരുന്നു.

ജീവിതത്തിൽ അത്ഭുതങ്ങൾ സംഭവിക്കുമെന്ന് ഞാൻ പ്രതീക്ഷിച്ചു. ഉമ്മ പുതു ജീവിതത്തിലേയ്ക്ക് ഉയർത്തെഴുന്നേല്ക്കുക തന്നെ ചെയ്യുമെന്ന് ഞാൻ വിശ്വസിച്ചു. ഒരാഴിയിൽ ചെന്നു പെട്ടു തിരിച്ചു കയറുവാൻ പറ്റാതെ പിടയുമ്പോൾ പിന്നേയും ആഴത്തിലേയ്ക്ക് ഊളിയിട്ടു പോകണം. ഒരു പിടച്ചലിനുശേഷം ചിലപ്പോൾ ശ്വാസം ലഭിയ്ക്കും.

ആഴിയിൽ അമൂല്യമായ മുത്തുകളും, ചിപ്പികളും ഉണ്ടായിരിക്കും. ഉപരിതലത്തിൽ ശ്വാസം കിട്ടാതെ പിടയുകയായിരിക്കും. എന്നു കരുതുന്നവർക്ക് അറിയുവാൻ കഴിയുകയില്ല. ഊളിയിട്ട് അടിയിലേയ്ക്കു പോയവർ അമൂല്യമായ നിധിയുമായിട്ടായിരിക്കും ഇനി മുകളിലേയ്ക്ക് തിരിച്ചു വരികയെന്ന്. പ്രത്യാശ എന്ന വെളിച്ചമാണല്ലോ ജീവിതത്തെ മുന്നോട്ട് നയിക്കുവാൻ സഹായിക്കുന്നത്. അങ്ങനെ സ്വയം സമാധാനിച്ചുകൊണ്ട് ഞാൻ കണ്ണുകളടച്ചു.

പിറ്റേന്നു ഉമ്മയെ കാണുവാനായി, എളേപ്പയും, എളേമ്മയും, ഹസീന

യും, റഷീദയ്ക്കയുടെ ഉമ്മയും, ബാപ്പയും, ഇത്താത്തയും കൂടി എത്തി. ഹസീന ഉമ്മയ്ക്കരികിലിരുന്നു. അവൾ ഉമ്മയെ വിളിച്ചു. ഉമ്മ കണ്ണുകൾ തുറന്നതേയില്ല. അവളുടെ വിളികൾ ഉമ്മ കേൾക്കുന്നുണ്ടായിരുന്നു. ഹസീന ഉറയ്ക്കെ കരഞ്ഞു. എന്നിട്ടും ഉമ്മ കണ്ണുകൾ തുറന്നതേയില്ല.

ഞാൻ ഓർമ്മവെച്ചിട്ടാദ്യമായിട്ടായിരുന്നു അവൾ കരയുന്നത് കാണുന്നത്. അവൾ ഉമ്മയുടെ കൈകളിൽ അമർത്തി പിടിച്ചു. ഉമ്മ ചലനമറ്റതുപോലെ കിടന്നു. ഹസീന എനിക്കുനേരെ നോക്കി. ഞാൻ ഒന്നും പറയുവാനാകാതെ നിന്നു. അമ്മായി വന്നവർക്കു നാരങ്ങാ വെള്ളം കലക്കി കൊടുത്തു. അതു കുടിച്ചതിനുശേഷം എല്ലാവരും പോകുവാനായി ഒരുങ്ങി. റഷീദിക്കയുടെ ഉമ്മ കുറച്ചു പണം ഉമ്മയുടെ കൈകളിൽ വച്ചു കൊടുത്തു കൊണ്ട് പറഞ്ഞു.

'റഷീദിന് ഹസീന ഇല്ലാതെ ശരിയാവുകയില്ല. ഞങ്ങളെയൊന്നും അവനിപ്പോൾ പിടിക്കൂല്ലാ. അതാണ് ഹസീന ഇവിടേയ്ക്ക് വരാത്തത്. റഷീദിനാണെങ്കിൽ ഇവിടെ ഒട്ടും ഒത്തുപോകാൻ പറ്റുകയുമില്ല.

ഹസീനയോട് ഒരിക്കലും ഇങ്ങള് പരിഭവം കാണിക്കല്ലേ. ഇത് ഇങ്ങള് വാങ്ങിക്കണം. പുറമക്കാരല്ലല്ലോ തരണത്.'

അതുകേട്ട് ഉമ്മ പതിയെ അവരുടെ മുഖത്തേയ്ക്ക് നോക്കി പതിഞ്ഞ ശബ്ദത്തിൽ പറഞ്ഞു.

'ഇപ്പോൾ ആവശ്യത്തിനുള്ളത് ഇവിടെയുണ്ട്. ആവശ്യമെങ്കിൽ ചോദിച്ചു വാങ്ങാലോ. ഹുതയ്ക്കും നസീറയ്ക്കും ഇതൊരു അധിക ഭാരമാകേണ്ട. ആവശ്യമെങ്കിൽ ഹുത അവിടെ വന്ന് ചോദിക്കും.' എന്നിട്ടും പൈസ തിരികെ കൊണ്ടുപോകാൻ അവർ മടി കാണിച്ചപ്പോൾ ഉമ്മ എന്നെ വിളിച്ചു.

'ഹുതാ, ഈ പണം റഷീദിന്റെ ഉമ്മയുടെ കയ്യിൽ വച്ചുകൊടുക്ക്. അത്യാവശ്യം വരുമ്പോൾ നീ വന്നു വാങ്ങിച്ചുകൊള്ളാമെന്നും പറയണം.'

ഞാൻ ആ പണം റഷീദിക്കയുടെ ഉമ്മയെ ഏല്പിച്ചു. ഉമ്മ പറഞ്ഞതു പോലെ തന്നെ പറയുകയും ചെയ്തു. അവർക്കൊപ്പം ഹസീനയും പോയത് ഉമ്മയെ വേദനിപ്പിച്ചിരുന്നു. ഒരിക്കലും ആ വേദന അവൾക്കു മേൽ പതിയ്ക്കാനിടയില്ലായെന്ന് എനിക്കു പൂർണ്ണബോധ്യം ഉണ്ടായിരുന്നു.

ഉമ്മയെ അറിയിക്കാതെ അവസാനം വരേയും അതെന്റെ ഉള്ളിൽ തന്നെ ഇരിക്കണം. പെറ്റുമ്മയെ ഒരു നോക്കു കാണുവാൻ വരാത്തതിന്റേയും ഒരു നേരമെങ്കിലും രോഗശയ്യയിൽ കിടക്കുന്ന ഉമ്മയെ പരിചരിക്കാത്ത മകളെക്കുറിച്ചുള്ള വേദനയും ശാപവും ഉമ്മയുടെ മനസ്സിൽ

തന്നെ ഒടുങ്ങട്ടെ. തന്റെ മകൾ ഇന്നും കന്യകയായി തുടർന്നു കൊണ്ട് വിവാഹം കഴിഞ്ഞ നാൾ മുതൽ ഭർത്താവിനെ പരിചരിക്കുകയാണെന്ന് ഉമ്മയറിഞ്ഞാൽ ആ നിമിഷം ഉമ്മ ഹൃദയം പൊട്ടി മരണപ്പെടുമെന്നുറപ്പാണ്. ആ ജീവൻ കുറച്ചു കൂടി നിലനില്ക്കണം. രോഗശയ്യയിൽ കിടന്നു പോലും ഹുങ്കും ധിക്കാരവും കാട്ടിയ ഉമ്മയ്ക്കരികിലേയ്ക്ക് എളേപ്പയും, എളേമ്മയും, കുടുംബക്കാരും പിന്നെ എത്തി നോക്കിയിരുന്നില്ല.

എന്റെ പഠനം പാതിവഴിയിൽ നിലച്ചു. മറ്റു വരുമാനങ്ങളില്ലാതെയായി. അമ്മായിയുടെ തയ്യൽ കൊണ്ടുള്ള വരുമാനം മാത്രം. വേദനകൊണ്ട് പുളയുന്ന ഉമ്മ. ബ്രുഫണിന്റെ ഹൈഡോസുകളിൽ നിന്നും മറ്റു വേദന സംഹാരികളിലേയ്ക്കു കൂടി മാറ്റപ്പെട്ടു. മെലിഞ്ഞുണങ്ങിയ ആ ശരീരം വേദനകളാൽ പുളഞ്ഞു. ഉമ്മയെ കൊണ്ടു പോകാതെ ഞാൻ ഡോക്ടറുടെ അരികിലേയ്ക്കു പോയി വിവരം പറഞ്ഞു മരുന്നുകൾ മാറ്റി എഴുതി വാങ്ങിയ്ക്കുമായിരുന്നു. ഹൈഡോസ് വേദനസംഹാരികൾ തന്നെ ഡോക്ടർ എന്നോടു പറഞ്ഞു.

'ഏതു സമയവും ഉമ്മയ്ക്കരികിലേയ്ക്ക്  മരണം കടന്നു വരാം. അവർ വേദനയിൽ നിന്നും മുക്തി നേടുവാൻ പ്രാർത്ഥിക്കൂ ഹുതാ.'

ഉമ്മയുടെ മരണത്തെ ഞാൻ ഭയപ്പെട്ടു. അന്നു രാത്രി ഞാൻ നമസ്ക്കരിച്ചു. ആകാശ ഭൂമികളുടെ ആധിപത്യം അല്ലാഹുവിനാണ്. മടക്കവും അല്ലാഹുവിലേയ്ക്കു തന്നെ. അല്ലാഹു നിങ്ങളെ സൃഷ്ടിച്ചു. പിന്നെ നിങ്ങളെ അവൻ മരിപ്പിക്കുന്നു. നിങ്ങളിൽ ചിലർ അങ്ങേയറ്റത്തെ വാർദ്ധക്യത്തിലേയ്ക്ക് തള്ളപ്പെടുന്നു. അറിയാവുന്ന അവസ്ഥയ്ക്കുശേഷം ഒന്നും അറിയാത്ത സ്ഥിതിയിലെത്താൻ അല്ലാഹു എല്ലാം അറിയുന്നവനാണ്. എല്ലാറ്റിനും കഴിവുറ്റവനും.  ആശ്വാസം കൊള്ളുക തന്നെ വേണം. കാരണം മരണം അനിവാര്യമാണ്. ഒഴുകി വന്ന കണ്ണുനീർ തുടച്ച് പരിശുദ്ധ ഖുറാൻ മടക്കി ഞാൻ ഉമ്മയ്ക്കരികിലെത്തി.

വല്ലപ്പോഴും മാത്രമാണ് ഉറക്കം ലഭിക്കുക. ഇല്ലെങ്കിൽ റബ്ബേ എന്നു പറഞ്ഞുള്ള കരച്ചിലാണ്. എപ്പോഴും നേർത്ത ശ്വാസം മാത്രം. പൊതുവെ തടിച്ച ശരീരപ്രകൃതമുള്ള ഉമ്മ. പച്ചവെള്ളം കുടിച്ചാലും ഞാൻ തടി വെക്കുമെന്ന് അടിയ്ക്കടി ഉമ്മ പറയും. ആ ഉമ്മ എല്ലും തോലും മാത്രമായി മാറിയിരിക്കുന്നു. ഉമ്മയുടെ കൈകളിൽ പിടിച്ചു കുറേ സമയം ഞാനിരുന്നു.

ഉമ്മയ്ക്കരികെ താഴെയാണ് ഞാൻ കിടന്നിരുന്നത്. ഉറക്കം വരാതെയിരുന്ന ഞാൻ അമ്മായിക്കരികിലെത്തി. അവർ ക്ഷീണിച്ചുറക്കമായി

രുന്നു. ആ തയ്യൽ മെഷീന്റെ കറക്കമാണ് കുടുംബത്തെ മുന്നോട്ടു നയിച്ചിരുന്നത്. ഹസീനയുടെ അവസ്ഥ അമ്മായിയോട് പറയണം എന്നു തന്നെ ഞാൻ നിശ്ചയിച്ചു. അധികം വൈകാതെ പറയണം. ഞാൻ വീണ്ടും ഉമ്മയ്ക്കരികിലെത്തി കിടന്നു. ജീവിതം മുന്നോട്ടു നീങ്ങാൻ സമ്മതിക്കാതെ നിസ്സാഹായവസ്ഥ കമ്പിവേലി കെട്ടി തടസ്സം നിന്നു. എങ്ങോട്ടും കടക്കുവാൻ പറ്റുന്നില്ല. ചുറ്റിലും ഉയരമുള്ള കമ്പിവേലികളാണ്. ചാടി കടന്നാൽ മുറിവേല്ക്കും. ചോര ചീന്തും. എന്തു ചെയ്യണം. അമ്മായി ഭാരം താങ്ങുവാനാകാതെ തളർന്നു തുടങ്ങിയിരുന്നു. ഏക ആശ്രയം അവരാണ്. വീട്ടിലെ ജോലിയും, ഉമ്മയെ നോക്കുന്നതും മൊത്തത്തിൽ കൂടി അമ്മായിയായിരുന്നു. സാമ്പത്തികമായി എല്ലാം ചെയ്തിരുന്നത്. അവരെ സഹായിക്കുവാൻ എന്നെ കൊണ്ട് കഴിഞ്ഞിരുന്നില്ല. അമ്മായിയുടെ ജന്മവും വിഫലമായിപ്പോയ പാഴ്ജന്മമാണ്. വിധിയുടെ മറ്റൊരു വിഴുപ്പ്.

പിറ്റേന്നു അമ്മായിയോട് ഞാൻ ഹസീനയുടെ കാര്യം പറഞ്ഞു. മുഴുവനും കേട്ടുകഴിഞ്ഞപ്പോൾ തയ്ച്ചു കൊണ്ടിരുന്ന അമ്മായിയുടെ ചലനം നഷ്ടപെട്ടതുപോലെയായിരുന്നു. അവർ തയ്യൽ മെഷീനിൽ തല ചായ്ച്ചു കിടന്നു. പടച്ച റബ്ബേ എന്തിനീ പരീക്ഷണം. അവർ തളർന്നു പോയിരുന്നു. കുറച്ചു സമയങ്ങൾക്കു ശേഷം ആ തയ്യിൽ മെഷീൻ വീണ്ടും ചലിച്ചു തുടങ്ങി. അതു നിർത്താതെ ചലിച്ചിരുന്നെങ്കിൽ മാത്രമേ വീട്ടിലെ മനുഷ്യ ജീവനുകൾക്ക് ചലനമുണ്ടാകുമായിരുന്നുള്ളൂ.

നിർധനമായ അവസ്ഥ എങ്ങനെ മറികടക്കും അതായിരുന്നു ആ സമയം എന്റെ ചിന്ത മുഴുവനും. പഠനം ഇനി ഒരിക്കലും ആ സാഹചര്യത്തിൽ തുടരാൻ കഴിയാത്ത ഒന്നായിരുന്നു.

ആയിടെ ഉമ്മയ്ക്ക് അസുഖം മൂർച്ഛിച്ചു. തുടർച്ചയായ ആശുപത്രിവാസം. വേദനയിൽ പിടയുന്ന ഉമ്മ, പൈസയുടെ ഭാരിച്ച ചിലവ്. ആ കൊച്ചു പുരയിടം സഹകരണ ബാങ്കിൽ വച്ച് കിട്ടുന്ന പൈസ വാങ്ങിക്കുവാൻ ഞങ്ങൾ തീരുമാനിച്ചു. ജോസേട്ടനായിരുന്നു അമ്മായിയെ അതിനെല്ലാം സഹായിച്ചത്.

ഉമ്മയെ വീണ്ടും വീട്ടിൽ കൊണ്ടുവന്നു. അത്രനാൾ ഉമ്മ ജോലിക്കു പോയിരുന്ന വീട്ടിലെ രേണുക ചേച്ചി ഉമ്മയെ കാണുവാനായി വന്നിരുന്നു. കുറച്ചു പൈസ അവർ അമ്മായിയെ ഏൽപ്പിച്ചു. അവർ അടുത്തു തന്നെ ഗൾഫിലേയ്ക്ക് തിരിച്ചു പോവുകയായിരുന്നു. ഉമ്മയോടു സംസാരിച്ചു. അതിനുശേഷം അവർ പറഞ്ഞു.

'ഹുതയെ ഞങ്ങൾക്കൊപ്പം ഗൾഫിലേയ്ക്ക് പറഞ്ഞയക്കൂ. കുഞ്ഞി

നെ നോക്കാൻ ഒരാളെ കൊണ്ടു പോകണമെന്ന് കരുതിയിരുന്നു. ഹുതയെ ഞങ്ങൾ അറിയുന്നതല്ലേ. മാസം ശമ്പളം ഇവിടേക്കയക്കാം. അതൊരു സഹായമാകുമല്ലോ. ഞങ്ങൾക്കൊപ്പമാകുമ്പോൾ മറ്റു കാര്യങ്ങളെക്കുറിച്ചോർത്ത് വേവലാതിപ്പെടേണ്ടതില്ല. താമസമെല്ലാം ഞങ്ങൾക്കൊപ്പമാകും. ഒരു മാസത്തിനകം ഞങ്ങൾ പോകും. നിങ്ങൾക്ക് സമ്മതമാണെങ്കിൽ പാസ്പോർട്ടടക്കം മറ്റു കാര്യങ്ങൾ ഞങ്ങൾ തന്നെ മുൻകൈയ്യെടുത്ത് ചെയ്യാം.'

'ആലോച്ചിച്ചു പറയാം രേണുകചേച്ചി.'അമ്മായി അവരോട് പറഞ്ഞു. അമ്മായി അന്നേരം അതു പറഞ്ഞുവെങ്കിലും പിന്നീട് അതേക്കുറിച്ച് മറന്നമട്ടായിരുന്നു. പക്ഷേ ഞാൻ അതാലോചിക്കുകയായിരുന്നു ഒരു പിടിവള്ളിയാണ്. നിലയില്ലാക്കയത്തിൽ നിന്നും കരകയറാമെന്ന് ഒരു പ്രത്യാശ എനിക്കു തോന്നിയിരുന്നു. അതേസമയം ഞാൻ പോയാൽ അമ്മായി ഒറ്റയ്ക്കെങ്ങനെ ഉമ്മയുടെ കാര്യങ്ങൾ നോക്കും അതൊരു ചോദ്യ ചിഹനമായിരുന്നു?. എങ്കിലും ഉരുത്തിരിഞ്ഞു ചിന്തകൾ വീണ്ടും അതിലേക്കു തന്നെ വന്നു. മുഴുവനും പരാധീനതകളായിരുന്നു. കടുത്ത വേനലിൽ വറ്റിവരണ്ടു കിടക്കുന്ന ആഴി നിറയുവാൻ ചെറിയ ചാറ്റൽമഴ പെയ്തതു കൊണ്ടാകുമോ. തോരാമഴ തന്നെ ലഭിക്കണം. അതിനു പ്രകൃതി കനിയണം. അതുപോലെ റബ്ബ് തന്റെ ജീവിതത്തിൽ അനുഗ്രഹത്തിന്റെ തോരാമഴ പെയ്യിപ്പിച്ചാൽ മാത്രമേ ഈ പരാധീനതകൾക്ക് അറുതി വരികയുള്ളൂ.

ഞാൻ ഉമ്മയോടും അമ്മായിയോടും അതേക്കുറിച്ച് സംസാരിച്ചു. ഉമ്മ എല്ലാം കേൾക്കുന്നുണ്ടായിരുന്നു. വിലക്കുകയോ, സമ്മതമോ ഉമ്മ നൽകിയിരുന്നില്ല. അമ്മായിയും ഒരു തീരുമാനമെടുക്കുവാനാകാതെ കുഴങ്ങിയിരുന്നു. ഞാൻ പോയി കഴിഞ്ഞാൽ ഉമ്മയേയും വീട്ടുകാര്യങ്ങളും ഒറ്റയ്ക്കു നോക്കി നടത്തുവാൻ അമ്മായിക്കാകുമോ എന്ന് ഞാൻ ചോദിച്ചു. അതിനുള്ള മറുചോദ്യം ഇങ്ങനെയായിരുന്നു.

'നിനക്ക് അവർക്കൊപ്പം പോകണമെന്നുണ്ടോ നമ്മുടെ ഈ അവസ്ഥയിൽ അതൊരു താങ്ങാകുമെന്ന് എനിക്കു തോന്നുന്നു.' അമ്മായി എന്നെനോക്കി.

'അമ്മായിക്ക് സമ്മതമാണെങ്കിൽ ഞാൻ പോകാം. ഉമ്മ സമ്മതം തരുമോ?' അമ്മായി ചോദിച്ചു.

'ഉമ്മയെ ഞാൻ പറഞ്ഞു ബോദ്ധ്യപ്പെടുത്തിക്കോളാം.' അമ്മായിയുടെ അർദ്ധസമ്മതം എനിക്കു ലഭിച്ചു. ഉമ്മയെ ഞാൻ പറഞ്ഞു മനസ്സിലാക്കി. ഉമ്മ ഒന്നും പറയാതെ എന്റെ മുഖത്തേക്ക് നോക്കി, ആ ചുക്കി ചു

ളിഞ്ഞു എല്ലുകൾ പുറത്തേയ്ക്കു തള്ളി നില്ക്കുന്ന കൈകൾ പതിയെ ഉയർത്തികൊണ്ട് എന്റെ കവിളിൽ തലോടി. ഞാൻ ഉമ്മയുടെ അടുത്ത് കിടന്നു. ഉമ്മ ഒരാശ്വാസമാണ്. തണലാണ്. ഉമ്മയ്ക്കു മുൻപിൽ ഞാൻ എന്റെ സങ്കടം കാണിച്ചിരുന്നില്ല. പിന്നീടെല്ലാം പെട്ടെന്നായിരുന്നു. ഞാൻ രേണുകചേച്ചിയുടെ വീട്ടിലെത്തി സമ്മതമറിയിച്ചു. ബാക്കി കാര്യങ്ങളെല്ലാം അവരായിരുന്നു ചെയ്തിരുന്നത്. എല്ലാ ഒരുക്കങ്ങളും ഒരു മാസത്തിനുള്ളിൽ പൂർത്തിയായി. ഹസീനയെ കാണണമെന്ന് എനിക്കുണ്ടായിരുന്നു. പിന്നീടത് വേണ്ടെന്നു വച്ചു. തല്കാലം എല്ലാം മറക്കാം. അവൾ എന്നും ഓർമ്മിക്കുന്നുണ്ടാകുമെന്നനിക്കറിയാം. ചിലപ്പോഴെങ്കിലും എല്ലാം മറക്കണം മുന്നോട്ടുള്ള പ്രയാണത്തിന് അതായിരിക്കും നല്ലത്.

പോകുവാനുള്ള ദിവസമടുത്തു. എനിക്ക് അധികമൊരുക്കങ്ങളൊന്നും ഇല്ലായിരുന്നു. വിരലിലെണ്ണാവുന്ന ഡ്രസ്സുകൾ അതെടുത്ത് ബാഗിലൊതുക്കി. അന്നു രാത്രി ഞാൻ ഉമ്മയ്ക്കരികിലെത്തി ആ കൈകളെടുത്ത് എന്റെ കൈക്കുള്ളിലൊതുക്കി. കണ്ണുകളടച്ചു കിടക്കുന്ന ഉമ്മയെ വിളിച്ചു. ഉമ്മ അറിയുന്നുണ്ടായിരുന്നു. ശാരീരികമായ വേദനയേക്കാൾ മനസ്സിന്റെ വേദന കടിച്ചമർത്തുകയായിരുന്നു ഉമ്മ. 'ഹുതാ' ഉമ്മ വിളിച്ചു.

'എന്താണുമ്മാ. നസീറയെ ഒരിക്കലും നീ മറക്കരുത്. അവൾക്ക് മറ്റാരുമില്ലാ.'

'ഇല്ലുമ്മ ഞാൻ മറക്കില്ല.'

ഹസീനയെക്കുറിച്ച് ഉമ്മ ഒന്നും പറഞ്ഞിരുന്നില്ല.

'ഉമ്മാ...' ഞാൻ വീണ്ടും വിളിച്ചു. ഉമ്മ കണ്ണുകൾ തുറന്നെന്നെ നോക്കി.

'ഉമ്മ ഒരിക്കലും ഹസീനയെ ശപിക്കരുത്.' അതിന് എനിക്കുത്തരമൊന്നും ലഭിച്ചിരുന്നില്ല.

മറ്റൊരു മറുപടിയാണ് ഉമ്മയിൽ നിന്നും വന്നത്.

'ആരേയും ബുദ്ധിമുട്ടിക്കാതെ പരലോകത്തേക്കൊരു യാത്ര അതായിരുന്നു ഉമ്മാന്റെ ആഗ്രഹം. അതു നടന്നില്ല. റബ്ബ് കനിഞ്ഞില്ല. എല്ലാവരെയും ബുദ്ധിമുട്ടിക്കുന്നു. ഓരോ ദിവസങ്ങളും കടന്നു പോകുന്നു. ചിലനേരങ്ങളിൽ പകലിനിത്ര ദൈർഘ്യമോയെന്നു തോന്നും. രാത്രിയിൽ വേദനയിൽ പുളയുമ്പോൾ രാത്രിയ്ക്കു ദൈർഘ്യമേറെയെന്നു തോന്നും. ഓരോ ദിവസങ്ങളും ഉമ്മ എണ്ണിയെണ്ണി തീർക്കുന്നു. നീ വരുമ്പോൾ ഇനി ഉമ്മയുണ്ടാകുമോയെന്നറിയില്ല്യ. ചിലപ്പോൾ ഉണ്ടാകും ഈ ലോകത്തെ വീട്ടാകടങ്ങൾ ബാക്കിയുണ്ടാകാം. അതുകൂടി കഴിഞ്ഞൊരു പര

ലോക സ്വർഗ്ഗം നല്കാമെന്നാകും റബ്ബിന്റെ നിശ്ചയം.' ഒരു കുഞ്ഞിനെ പോലെ ഞാൻ ഉമ്മയെ കെട്ടിപ്പിടിച്ചു കിടന്നു. രാത്രിയിൽ വേദനയിൽ തിരിഞ്ഞും മറിഞ്ഞും കിടക്കുമ്പോൾ ഞാൻ എന്റെ കൈകൾ അയച്ചു കൊടുത്തു.

പിറ്റേന്നു യാത്രയാണ്. അതും അറിയാത്ത ദേശത്തേക്ക്. പിറ്റേന്നു രേണുകചേച്ചിയുടെ വീട്ടിലേയ്ക്ക് എത്തണമെന്നായിരുന്നു അവർ പറഞ്ഞിരുന്നത്. അമ്മായി എന്നെ രേണുകചേച്ചിയുടെ വീട്ടിലേയ്ക്ക് കൊണ്ടു ചെന്നാക്കാൻ വരാമെന്നു പറഞ്ഞു. ഉമ്മയ്ക്ക് കൂട്ടിനായി ജോസേട്ടന്റെ ഭാര്യയെ ഏർപ്പാടാക്കി. ഞാൻ ഉമ്മയക്കരിക്കിലെത്തി. ഉമ്മ കട്ടിലിൽ പതിയെ എഴുന്നേറ്റിരിക്കുകയായിരുന്നു. യാത്രപറഞ്ഞു കണ്ണുകൾ പരസ്പരം നിറഞ്ഞൊഴുകി. ഉമ്മ എന്റെ കൈകളിൽ മുറുകെ പിടിച്ചു. ആ കൈകൾ അടർത്തിമാറ്റി തിരിഞ്ഞു നടക്കുമ്പോൾ ഉയർന്നു കേട്ടു. ഒരു തേങ്ങലിനൊപ്പം മോളേ ഹുതാ എന്നാ വിളി. തിരിഞ്ഞു നോക്കാതെ ഞാൻ നടന്നു. നോക്കിയാലും എനിക്കുമ്മയെ കാണുവാനാകില്ലായിരുന്നു, കണ്ണുനീരാൽ എന്റെ കണ്ണുകൾ മൂടപ്പെട്ടിരുന്നു. രേണുകചേച്ചിയുടെ വീട്ടിലേത്തി. ഒരു പതിനഞ്ചു മിനറ്റിനുള്ളിൽ അവർക്കും മകൾക്കുമൊപ്പം ഞാനും കാറിൽ കയറി. കയറുന്നതിനു മുൻപ് അമ്മായിയുടെ മുഖത്തേയ്ക്കു ഞാൻ നോക്കി. പറയുവാൻ ബാക്കിവച്ചതെന്തോ പോലെ, എന്നിട്ടും ഒന്നും പറയുവാനാകാതെ ഞാൻ അവർക്കൊപ്പം കാറിൽ കയറി. കാർ കണ്ണിൽ നിന്നും മറയും വരേയും അമ്മായി അവിടെ തന്നെനിൽപ്പുണ്ടാകുമെന്നെനിക്കറിയാമായിരുന്നു. തിരിഞ്ഞൊന്നു നോക്കാൻ ഞാൻ ഭയപ്പെട്ടു. പോകുവാനുള്ള ആ തീരുമാനം അവസാനിപ്പിക്കേണ്ടി വരുമെന്നെനിക്കുള്ളിൽ തോന്നിയിരുന്നു.

എയർപോർട്ടിലെ നടപടിക്രമങ്ങളെല്ലാം പൂർത്തിയായതിനു ശേഷമുള്ള കാത്തിരിപ്പിൽ രേണുകചേച്ചിയുടെ കുഞ്ഞ് എന്റെ കൈകളിലായിരുന്നു. ആ കുഞ്ഞായിരുന്നു അപ്രതീക്ഷിതമായ യാത്രയൊരുക്കിയത്. ആദ്യമായി ഫ്ളൈറ്റിനുള്ളിൽ കയറുന്നതിന്റേയും മറ്റൊരിടത്തേക്ക് യാത്ര ചെയ്യുന്നതിന്റേയും വെപ്രാളമായിരുന്നില്ല എന്റെ മനസ്സിൽ. ആ യാത്ര ഒരു ശൂന്യത എന്നിൽ സൃഷ്ടിച്ചു. ആ ശൂന്യത ഉമ്മയായിരുന്നു, അമ്മായിയായിരുന്നു എന്റെ ഹസീനയായിരുന്നു.

ഫ്ളൈറ്റ് ടേക്ക് ഓഫ് ചെയ്യാൻ നേരം വൈമാനികന്റെ അനൗൺസ്മെന്റ് മുഴങ്ങി. ടേക്ക് ഓഫിനു മുൻപുള്ള പ്രാർത്ഥന. ഞാൻ കണ്ണുകളടച്ചു. അല്ലാഹുവിന്റെ കാവൽ പ്രാർത്ഥനയിൽ മുഴുകി. അല്ലാഹു അതിരുകൾക്കതീതനാണല്ലോ. എല്ലാം അറിയുന്നവൻ, ആകാശ

ഭൂമികളെ സൃഷ്ടിച്ചവൻ. ഞാൻ ദീർഘനിശ്വാസത്തോടെ കണ്ണുകളടച്ചു. എന്റെ മനസ്സിൽ മോളെ ഹുതായെന്ന ആ പിൻവിളിയായിരുന്നു. ഏകദേശം മൂന്നരമണിക്കൂർ യാത്രകഴിഞ്ഞു ഫ്ളൈറ്റ് ലാന്റ് ചെയ്തു. എയർപോർട്ടിൽ നിന്നും കൊണ്ടു പോകുന്നതിനായി രേണുകചേച്ചിയുടെ ഭർത്താവ് വന്നിരുന്നു. കാറിൽ കയറി ഞാൻ പുറത്തേയ്ക്ക് നോക്കിയിരുന്നു. റോഡിൽ നിറയെ കാറുകളും ലൈറ്റുകളും. രാത്രി ആയിരുന്നതു കൊണ്ട് മറ്റൊന്നും മനസ്സിലായിരുന്നില്ല. നിറയെ വെളിച്ചം മാത്രം. നിരനിരയായി പോകുന്ന ഉറുമ്പു കൂട്ടങ്ങൾ പോലെ വാഹനങ്ങൾ ചലിക്കുന്നു.

കണ്ണുകളടച്ച് ഞാൻ സീറ്റിലേയ്ക്കു ചാരിക്കിടന്നു. ഏ.സിയുടെ തണുപ്പുള്ള ആകാശയാത്രയും കഴിഞ്ഞ് അതേ തണുപ്പുള്ള കാറിലെ യാത്രയും ആദ്യ അനുഭവമായിരുന്നു. ഏകദേശം അരമണിക്കൂർ യാത്ര കഴിഞ്ഞു ഒരു വലിയ ബിൽഡിങ്ങിനു താഴെ കാർ നിർത്തി. അവിടെയായിരുന്നു രേണുകചേച്ചി താമസിക്കുന്ന ഫ്ളാറ്റ്. പതിനാലു നിലകളിലുള്ള ആ ബിൽഡിങ്ങിന്റെ പന്ത്രാണ്ടാമത്തെ നിലയിലെ രണ്ടു റൂമുകളുള്ള എല്ലാ സൗകര്യങ്ങളോടും കൂടിയുള്ള ഫ്ളാറ്റ്. അന്നു തൊട്ടു ഞാൻ ആ വീട്ടിലെ ഒരംഗമായി മാറുകയായിരുന്നു.

അവിടെയെത്തിയ ദിവസം എനിക്കുറങ്ങുവാൻ കഴിഞ്ഞിരുന്നില്ല. മാറിയ അന്തരീക്ഷം ഉമ്മയെക്കുറിച്ചുള്ള ചിന്തകൾ എല്ലാം എന്നെ ദു:ഖത്തിലാക്കിയിരുന്നു. പിറ്റേന്ന് രേണുകചേച്ചി വീട്ടിലേയ്ക്കു വിളിച്ചപ്പോൾ എന്റെ ഉമ്മയോടും വിവരം പറയുവാൻ പറഞ്ഞിരുന്നു. ഒരാഴ്ച്ച അവിടത്തെ കാര്യങ്ങളെല്ലാം മനസ്സിലാക്കി തന്നതിനു ശേഷമാണ് കുഞ്ഞിനെ എന്നെയേൽപ്പിച്ചു അവർ ജോലിക്കു പോകുവാൻ തുടങ്ങി. പിന്നീട് ആ അന്തരീക്ഷവുമായി ഞാൻ പൊരുത്തപ്പെട്ടു. കുഞ്ഞു ഞാനുമായിണങ്ങി.

ഉമ്മയുടെ വിവരങ്ങൾ ആഴ്ചയിലൊരിക്കൽ രേണുകചേച്ചി വിളിക്കുമ്പോൾ അറിയും. അവരുടെ അമ്മ വീട്ടിൽ പോയി തിരക്കി വരുമായിരുന്നു. മാസത്തിൽ ഒരു കത്തു വീതം നാട്ടിലേയ്ക്കും അവിടുന്നിങ്ങോട്ടും അയക്കുമായിരുന്നു. ഉമ്മയുടെ സ്ഥിതി മോശം അവസ്ഥയിൽ തുടരുന്നു. എന്റെ ശമ്പള തുക രേണുകചേച്ചിയുടെ അമ്മ എല്ലാ മാസവും അമ്മായിയുടെ കയ്യിൽ കൊണ്ടു ചെന്നു കൊടുക്കുമായിരുന്നു. അതുകൊണ്ട് ഉമ്മയുടെ മരുന്നും വീട്ടു കാര്യങ്ങളും മുടക്കമില്ലാതെ നടന്നു. അമ്മായിയ്ക്ക് തയ്യൽ ജോലി ചെയ്യുവാൻ കഴിഞ്ഞിരുന്നില്ല. ഉമ്മയ്ക്ക് ഒരാൾ എപ്പോഴും അടുത്തു വേണമെന്ന അവസ്ഥയായിരുന്നു. ട്യൂബിലൂടെ ജ്യൂസ് മാത്രമായി ഒതുങ്ങി ഉമ്മയുടെ ഭക്ഷണം. എല്ലാം കേൾക്കുമ്പോൾ

നാട്ടിലേക്കൊന്ന് എത്തിപ്പെടുവാൻ തോന്നും. പക്ഷേ അവസ്ഥ അതിനു പറ്റിയതായിരുന്നില്ലല്ലോ?

ഞാൻ പ്രവാസ ജീവിതത്തിലേയ്ക്ക് എത്തിപ്പെട്ടിട്ടു ഏകദേശം ഒരു വർഷത്തോളം കഴിഞ്ഞിരുന്നു. നാട്ടിലേയ്ക്കയക്കുന്ന പണത്തിൽ നിന്നും ഒരു രൂപ പോലും സഹകരണ ബാങ്കിൽ തിരിച്ചടയ്ക്കുവാൻ തികഞ്ഞിരുന്നില്ല. അമ്മായിയുടെ കത്തിൽ അത് ഓർമ്മിപ്പിച്ചിരുന്നു. രോഗിയായ ഉമ്മയേയും കൊണ്ട് അവിടുന്നിറങ്ങേണ്ടി വരുമോയെന്ന ചിന്ത എന്നെ അലട്ടി കൊണ്ടിരുന്നു. കടം പെരുകി പിന്നീട് തിരിച്ചടയ്ക്കാൻ ഒരിക്കലും സാധിക്കാതിരുന്നാൽ അങ്ങനെയുള്ള ചിന്തകൾ എന്നെ അസ്വസ്ഥയാക്കിക്കൊണ്ടിരുന്നു.

എന്റെ ആധികൾ ഞാൻ രേണുകചേച്ചിയുമായി പങ്കുവച്ചിരുന്നു. വസ്ത്രവും, ഭക്ഷണവും, താമസവും അതിനു പുറമെ ശമ്പളവും നല്കുന്നുണ്ട്. അതിൽ കൂടുതൽ അവരെന്തു ചെയ്യും. കുറച്ചു ദിവസങ്ങൾക്കു ശേഷം രേണുകചേച്ചി എന്നോട് ഒരു വിവാഹാലോചനയെക്കുറിച്ച് പറഞ്ഞു. അദ്ദേഹം ഒരു എമിറാത്തിയാണ്. ആദ്യമൊരു വിവാഹം കഴിഞ്ഞു. ഇപ്പോൾ വിഭാര്യനാണ്. അവർ മരണപ്പെടുകയായിരുന്നു. പിന്നീട് വർഷങ്ങൾ അദ്ദേഹം വിവാഹം വേണ്ടെന്നു വച്ചു. ജീവകാരുണ്യ പ്രവർത്തനങ്ങൾ നടത്തുന്നു. നല്ലൊരു മനുഷ്യനാണ്. അദ്ദേഹത്തിന്റെ മാതാപിതാക്കളും മരണമടഞ്ഞിരുന്നു. ഏകനാണ്, അതിസമ്പന്നനാണ്. ഇപ്പോൾ അദ്ദേഹം ഒരു പുനർവിവാഹത്തെക്കുറിച്ചു ചിന്തിക്കുന്നു. അദ്ദേഹത്തിന്റെ ഒരു ബന്ധുവായ സഹോദരിയാണ് ഇതെന്നോട് പറഞ്ഞത്. നിർധനരായ പെൺകുട്ടികളെയാണ് അദ്ദേഹം വിവാഹം കഴിക്കാൻ താത്പര്യപ്പെടുന്നത്. അതുകേട്ടപ്പോൾ ഞാൻ നിന്നെക്കുറിച്ചോർത്തു. നിന്നെ സംബന്ധിച്ച് പ്രായം കുറച്ചു കൂടുതലുണ്ട്. നിനക്ക് സമ്മതമെങ്കിൽ അവരോട് സംസാരിച്ചാലോ ഹുതാ. നിന്റെ കഷ്ടപ്പാടുകളും ജീവിതവും രക്ഷപ്പെടും. ഇവിടുന്ന് ഇതിൽ കൂടുതലൊന്നും നല്കുവാൻ ഞങ്ങൾക്കും സാമ്പത്തിക സ്ഥിതികൾ അനുവദിക്കുന്നില്ല. നീ ഇവിടുന്നു പോയാൽ ഞങ്ങൾക്കു നിന്നെപ്പോലെയൊരാളെ കിട്ടില്ല കുഞ്ഞിനും നീ കൂടിയേ കഴിയൂ. പക്ഷേ നീ രക്ഷപ്പെടുമെങ്കിൽ ഞങ്ങൾക്കും അത് സന്തോഷമാണ്. നീ ഒന്നാലോചിക്കൂ. ഒരു തീരുമാനത്തിലെത്താൻ അധികം മടിക്കേണ്ട. ഇതുപോലെയുള്ള വിവാഹങ്ങൾക്ക് ക്യൂവാണ്.

എന്തു വേണമെന്നറിയാതെ ഞാൻ കുഴങ്ങി. ആരോട് അഭിപ്രായം ആരായും ആരുണ്ട്. ജീവശ്ശവമായി കഴിയുന്ന ഉമ്മയോടും നിരാലംബയായ അമ്മായിയോടും എന്തു ചോദിക്കാൻ. രണ്ടു ആത്മാക്കൾ മാത്ര

മാണ് അവിടെയുള്ളത്. വല്ലപ്പോഴും തെളിയുന്ന ബോധത്തിൽ വേദന യില്ലാത്ത ഒരു പരലോകത്തെ മാത്രം ഓർത്തു കഴിയുകയാണ് ഉമ്മ. ജീവൻ അസ്തമിക്കും വരേയും ആ വീട്ടിൽ കഴിയണം. പിന്നെ അമ്മാ യി. അവരെ ഒരിക്കലും തനിക്കു കൈവിടാൻ കഴിയുകയില്ല. ഹസീന യുടെ ജീവിതം കൺമുൻപിലൂടെ കടന്നു പോവുകയാണ്. ഞാൻ എന്റെ ചിന്തകൾ കൂട്ടിയും കിഴിച്ചും ഗണിച്ചും ഹരിച്ചും ഒക്കെ നോക്കി അവ സാനം എല്ലാറ്റിനു കൂടി ഒരു സമമിട്ടു ഉത്തരം സമ്മതമെന്നും. നിസ്സാ ഹായാവസ്ഥയുടെ അവസാന കച്ചിതുരുമ്പാണ്. സ്വന്തം ഇഷ്ടങ്ങൾ ഹനിക്കപ്പെട്ടു കൊണ്ടുള്ള ജീവിതയാത്ര. ഞാൻ രേണുകചേച്ചിയോട് സമ്മതമറിയിച്ചു. എന്റെ ഈ വിവാഹത്തെക്കുറിച്ച് ഒരിക്കലും നാട്ടുകാ രോ, വീട്ടുകാരോ അറിയരുത്. ആ ഒരു സമ്മതം രേണുകചേച്ചിയിൽ നിന്നും ഞാൻ വാങ്ങിച്ചെടുത്തു. നസീറയെ അവരെയെങ്കിലും അറിയി ക്കേണ്ടേ ഹുതാ, വേണ്ടാ ഇങ്ങനെയൊരു വിവാഹക്കാര്യം മറ്റൊരാളും അറിയരുത്. ഞാൻ രേണുകചേച്ചിയോട് മറുപടി പറഞ്ഞു. പിന്നെ നി ക്കാഹിനു മുൻപായി എന്റെ കടങ്ങൾ വീട്ടണം. അത് അവരോട് പറ യണം. അതിനൊരുക്കമെങ്കിൽ എനിക്കു പൂർണ്ണസമ്മതമാണ്.

നാളെ അവധി കഴിഞ്ഞ് ഞാൻ അവരോട് സംസാരിക്കാം. രേണുക ചേച്ചി പറഞ്ഞു.

അവധികഴിഞ്ഞു ജോലിയ്ക്കു പോയ രേണുകചേച്ചി തിരിച്ചെത്തി യപ്പോൾ കൂടെ പർദ്ദയണിഞ്ഞ മറ്റൊരു സ്ത്രീ കൂടെയുണ്ടായിരുന്നു. രേണുകചേച്ചിയുടെ എം.ഡി ആയിരുന്നു അത്. എന്നെ കണ്ടു ബോധ്യ പ്പെടുവാൻ വന്നതായിരുന്നു അവർ. എന്നെ കണ്ടു ബോധ്യപ്പെട്ടതിനു ശേഷം ഞാൻ രേണുകചേച്ചിയോട് പറഞ്ഞ കാര്യങ്ങളെല്ലാം അവർ സമ്മതിച്ചു. പിന്നീടുള്ള കാര്യങ്ങൾ പെട്ടെന്നായിരുന്നു. ചില രേഖകൾ നാട്ടിലെ പള്ളിയിൽ നിന്നും നേരിട്ടു തന്നെ ശരിയാക്കി വാങ്ങിക്കേണ്ടി യിരുന്നു. അതിനായി നാട്ടിലേയ്ക്കൊന്നു പോകേണ്ടി വന്നു. ഉമ്മയെ കാണുവാനുള്ള മോഹവും അതുവഴി സഫലമായി. രേണുകചേച്ചി എന്റെ വിസ്സ ക്യാൻസൽ ചെയ്തു. പുതിയ വിസിറ്റ് വിസ്സയിലായിരുന്നു പിന്നീട് ഞാൻ വന്നത്. യാത്ര ചിലവുകളും മറ്റും രേണുകചേച്ചിയുടെ എം.ഡി യാണ് നൽകിയത്. നാട്ടിലെ ബാങ്കിലുള്ള ബാധ്യതകൾ തീർ ക്കുന്നതും കഴിച്ച് നല്ലൊരു തുക മാറ്റി വയ്ക്കുന്നതിനുമുള്ള ക്യാഷ് ചെക്ക് അവർ എനിക്കു നല്കിയിരുന്നു. രേണുകചേച്ചിയുടെ അക്കൗ ണ്ട് വഴി ഞാൻ നാട്ടിലെത്തും മുൻപേ പണം എത്തിയിരുന്നു.

രേണുകചേച്ചിയും ഭർത്താവും കൂടി എന്നെ എയർപോർട്ടിൽ കൊ

ണ്ടു ചെന്നാക്കി. കുഞ്ഞിനെ വിട്ടു പോകുന്നതിൽ എനിക്കു സങ്കടമായിരുന്നു. യാത്ര പറഞ്ഞു ഞാൻ എയർപോർട്ടിനുള്ളിലേക്കു കയറി. നടപടിക്രമങ്ങൾ പൂർത്തിയാക്കി സമയവും കാത്തിരിപ്പു തുടർന്നു. അന്നേരം എന്തെന്നറിയാതെ ഒരു വെപ്രാളം കൂട്ടുന്നുണ്ടായിരുന്നു മനസ്സ്. ഫ്ളൈറ്റിനുള്ളിലെ യാത്രയിലായിരുന്നു എനിക്കു ശാന്തത ലഭിച്ചത്. എന്റെ പ്രതിശ്രുത വരനെക്കുറിച്ച് അന്നേരം മാത്രമായിരുന്നു ഞാൻ ചിന്തിച്ചത്. എന്റെ ബാധ്യതകൾ വീട്ടുന്നതിനായി പണം നല്കിയ അദ്ദേഹത്തിന് മനസ്സിൽ ഞാൻ സ്തുതി പറഞ്ഞു. അദ്ദേഹത്തിനൊരു രേഖാചിത്രം മനസ്സിൽ കോറിയിടാൻ പോലും എനിക്കൊരു രൂപരേഖയുണ്ടായിരുന്നില്ല. ചിന്തകൾ പഞ്ഞിക്കെട്ടുപോലെ പറന്നു പൊങ്ങി. ആ യാത്രയവസാനിച്ചു ഞാനിറങ്ങി എയർപോർട്ടിനു പുറത്തു കടന്നു. രേണുകചേച്ചിയുടെ ബന്ധു കാറുമായി കാത്തു നില്പുണ്ടായിരുന്നു കാറിൽ കയറിയപ്പോൾ ഞാൻ ചെല്ലുന്നതും കാത്തിരിക്കുന്ന ഉമ്മയും അമ്മായിയുമായിരുന്നു. ആ സമയം എന്റെ മനസ്സിൽ പെട്ടന്നു വരുന്ന വിവരം രേണുകചേച്ചിയുടെ അമ്മയായിരുന്നു അവരെ അറിയച്ചത്. കാര്യങ്ങൾ വ്യക്തമായറിയാതെ അമ്മായി വേവലാതി പൂണ്ടിരിപ്പാകും. അർദ്ധബോധാവസ്ഥയിലും ഹുതയെ മനസ്സിൽ താലോലിക്കുന്നുണ്ടാകാം ഉമ്മ. കാർ ഡ്രൈവർ എന്നെ അറിയുന്ന ആളായിരുന്നു. അയാളുടെ ചോദ്യങ്ങൾക്ക് ഞാൻ അളന്നുതൂക്കി മറുപടി നൽകി.

വീട്ടിലെത്തുമ്പോൾ എന്നേയും കാത്ത് അമ്മായി ഉമ്മറത്തുണ്ടായിരുന്നു. ഞാൻ ബാഗുമായി കാറിൽ നിന്നും ഇറങ്ങുന്നതു കണ്ടു അമ്മായി ഇറങ്ങി വന്നു. അവർ വളരെ ക്ഷീണിതയായിരുന്നു. ഒരു വർഷത്തിനു ശേഷം കണ്ടതിന്റെ സന്തോഷം ആ മുഖത്തുണ്ടായിരുന്നു. ഉമ്മ കാത്തു കിടപ്പുണ്ട് അമ്മായി പറഞ്ഞു. ഞാൻ വേഗം അകത്തേയ്ക്കു കയറി ഉമ്മയുടെ മുറിയ്ക്കകത്തെത്തി. ഒരു അസ്ഥി പഞ്ജരം മാക്സിക്കുള്ളിൽ കിടക്കുന്നതു പോലെ. ഉമ്മയെന്ന എന്റെ വിളികേട്ടു കണ്ണു തുറന്നു നോക്കി രണ്ടു കുഴികളിൽ നിന്നും കൃഷ്ണമണികൾ ചെറുതായി ചലിക്കുന്നു. കെട്ടിപ്പിടിച്ചു പോയാൽ ആ എല്ലുകൾ പൊടിഞ്ഞു പോകുമെന്ന് ഞാൻ ഭയന്നു. ആ കൈകളിലൊന്നു മുറുകെ പിടിക്കുവാൻ പോലും ഞാൻ ഭയപ്പെട്ടിരുന്നു. ഒന്നും പറയുവാനാകാതെ ഉമ്മയുടെ കട്ടിലിനോരത്ത് നേരെമേറെ ഞാനിരുന്നു. അമ്മായി എനിക്കു കഴിക്കാനെടുത്തു. എനിക്കൊന്നും ഇറങ്ങിയില്ലായിരിന്നു. ഉമ്മയുടെ കട്ടിലിനു കീഴെ അമ്മായിക്കരികെ ഞാൻ കിടന്നു. രാത്രിയിൽ ഉമ്മ വേദനകൊണ്ട് ശബ്ദം പുറപ്പെടുവിച്ചു കൊണ്ടിരുന്നു. തിരിഞ്ഞൊന്നു കിടക്കുവാൻ പോലും ഉമ്മ

നിന്നും കൊണ്ടുവന്ന രേഖകളെല്ലാം രേണുകചേച്ചി അദ്ദേഹത്തിനു കൈമാറി. വൈകാതെ തന്നെ ബാക്കി നടപടി ക്രമീകരണങ്ങൾ പൂർത്തീകരിച്ചു ഇബ്രാഹിം മൻസൂർ എന്ന എമിറാത്തിയുടെ ഭാര്യയായി ഞാൻ മാറി.

പുതിയ താമസ സ്ഥലം. വലിയൊരു വില്ലയായിരുന്നു അത്. പുതിയൊരിടം. ഭാഷ വശമില്ല. അദ്ദേഹത്തിന്റെ ബന്ധുവായ സഹോദരി മറിയം അന്നെനിക്കൊപ്പം ആ വീട്ടിലുണ്ടായിരുന്നു. പിന്നീട് ഒരാഴ്ചയോളം ആ അന്തരീക്ഷവുമായി പൊരുത്തപ്പെടുവോളം അവർ എനിക്കൊപ്പം നിന്നു. മറിയം താത്ത എന്നു ഞാനവരെ വിളിച്ചു. രേണുകചേച്ചിയുടെ മേഡം എന്റെ താത്തയായി മാറി. രാത്രി അദ്ദേഹത്തിന്റെ മുറിയിൽ കയറുവാൻ എനിക്കു ഭയമായിരുന്നു. സഹോദരിക്കൊപ്പമായിരുന്നു ഞാൻ കിടന്നിരുന്നത്. രണ്ടു ദിവസം കഴിഞ്ഞ് അദ്ദേഹമെന്നെ പുറത്തേയ്ക്ക് കൂട്ടികൊണ്ടു പോയി. ഗോൾഡ് സൂകിലേയ്ക്കായിരുന്നു അത്. അത്യാവശ്യത്തിലേറെ സ്വർണ്ണാഭരണങ്ങൾ അദ്ദേഹം എനിക്കു വാങ്ങി നല്കി. അന്നു രാത്രിയും ഞാൻ അദ്ദേഹത്തിന്റെ മുറിയിൽ കയറുവാൻ മടിച്ചു.

അദ്ദേഹത്തിന്റെ നല്ല മനസ്സിനെ പറ്റി മറിയം താത്ത എന്നോടു പറയുമായിരുന്നു. ഒരു ഭാര്യയുടെ കടമകളും കർത്തവ്യങ്ങളും മറിയം താത്ത എന്നെ പറഞ്ഞു മനസ്സിലാക്കികൊണ്ടിരുന്നു. അധികം അവർക്കവിടെ നില്ക്കുവാൻ കഴിയില്ലെന്നും അദ്ദേഹവും ആ കുടുംബവുമായി പൊരുത്തപ്പെട്ടു പോകുവാനും അവരെന്നെ ഉപദേശിച്ചു. ആ രാത്രി ഞാൻ അദ്ദേഹത്തെക്കുറിച്ചാണ് ആലോചിച്ചത്. ഒരിക്കൽ പോലും ഒരു നിർബന്ധ ബുദ്ധിയും അദ്ദേഹം കാണിച്ചിരുന്നില്ല. രാവിലെ ബിസിനസ്സ് ആവശ്യങ്ങൾക്ക് പോകുന്നു വരുന്നു. രാവിലേയും വൈകീട്ടും എന്റെ ക്ഷേമങ്ങൾ തിരക്കുന്നു. അദ്ദേഹം നൽകിയ പണമാണ് കടബാധ്യതയിൽ നിന്നും കുടുംബത്തെ രക്ഷിച്ചത്. അദ്ദേഹം വാങ്ങി നല്കിയ വസ്ത്രങ്ങളും ആഭരണങ്ങളും എനിക്കു സങ്കല്പിക്കാൻ പോലും ആകാത്തതായിരുന്നു. ആലോചനക്കൊടുവിൽ അദ്ദേഹത്തോട് സ്നേഹവും ബഹുമാനവും എന്നിലുളവായി. പിറ്റേന്നു രാവിലെ മറിയം താത്ത യാത്ര പറഞ്ഞു അവരുടെ വീട്ടിലേയ്ക്കു പോയി. അന്നു രാത്രി അദ്ദേഹം ആവശ്യപ്പെടാതെ തന്നെ ഞാനാ കിടപ്പുമുറിയിലേയ്ക്കു കയറി. പിന്നീട് ആ സ്നേഹത്തിനും കരുതലിനും മുന്നിൽ ഞാൻ അദ്ദേഹത്തിനു കീഴ്പ്പെടുകയായിരുന്നു. അറബിക് ഭാഷ ഞാൻ അദ്ദേഹത്തിൽ നിന്നും സ്വായത്തമാക്കിയിരുന്നു. എന്റെ വീട്ടിലെ സ്ഥിതിഗതികൾ മനസ്സിലാക്കി ഓരോ മാസവും അമ്മായിയുടെ അക്കൗണ്ടിലേയ്ക്ക് പണമയക്കുമായിരുന്നു.

പിന്നീട് എനിക്കൊരു മൊബൈൽ ഫോണും രേണുക ചേച്ചിയുടെ കൈ വശം നാട്ടിലേയ്ക്ക് അമ്മായിക്കൊരു ഫോണും അദ്ദേഹം വാങ്ങി നല്കി. ഉമ്മയുടെ വിവരങ്ങൾ ദിവസവും അറിയുവാൻ അതുകൊണ്ടെനിക്കു സാധിച്ചു. ഒന്നിച്ചു ജീവിച്ചു തുടങ്ങിയപ്പോൾ അദ്ദേഹത്തിന്റെ പ്രായാധി ക്യവും എന്റെ പ്രായക്കുറവും ചെറിയ സംശയം അദ്ദേഹത്തെ അസ്വസ്ഥ നാക്കിയിരുന്നു. അബയായിലും ഹിജാബിനാലും ഞാൻ മൂടപ്പെട്ടു. കിട പ്പറയിൽ മാത്രം അതിൽ നിന്നും മുക്തയാക്കപ്പെട്ടു. എങ്കിലും ഞാൻ സന്തോഷവതിയായിരുന്നു കഷ്ടങ്ങളില്ല. ആശങ്കകൾ ഒഴിഞ്ഞതു പോ ലെയായിരുന്നു മനസ്സ്. ഉമ്മയുടെ വേദനകൾ മാത്രം എന്നെ അസ്വസ്ഥ യാക്കി.

രേണുകചേച്ചിയും ഭർത്താവും ലീവിൽ നാട്ടിലെത്തിയപ്പോൾ ഞാ നെന്താണ് ചെല്ലാതിരുന്നതെന്ന ചോദ്യമുണ്ടായി. എനിക്കു അവരുടെ ഓഫീസിൽ ചെറിയൊരു ജോലി തരപ്പെടുത്തിയിട്ടാണ് രേണുക ചേച്ചി നാട്ടിലെത്തിയിരിക്കുന്നതെന്ന് ഞാൻ അമ്മായിയേയും ചോദ്യങ്ങൾ ചോദി ച്ചു ചൂഴ്ന്നെടുക്കാൻ വരുന്നവരോട് രേണുക ചേച്ചിയും പറഞ്ഞു ബോ ധിപ്പിച്ചു.

സുഖകരമായ ജീവിതത്തിനിടയിലും ഉമ്മയുടെ ചിന്തകൾ എന്നെ അലോസരപ്പെടുത്തികൊണ്ടിരുന്നു. അലോസരമായ ചിന്തകൾ എല്ലാം തന്നെ അപ്പോഴപ്പോൾ മറവിയുടെ കുഴി തോണ്ടി അതിൽ അടക്കം ചെയ് തു കൊണ്ടിരിക്കും.

ആ വീട്ടിൽ പ്രത്യക്ഷമായ കാരണങ്ങളൊന്നും തന്നെയില്ലാതെ മ്ലാ നമായിരിക്കുന്ന എന്നെ കണ്ടാൽ അദ്ദേഹം അസ്വസ്ഥനാകുമായിരുന്നു. ആ രാത്രി നിർത്താതെയുള്ള ഫോൺ വിളികേട്ട് ഞാനുണർന്നു അ മ്മായിയുടെ ഫോണായിരുന്നു. റബ്ബേ.. എന്റെയുള്ളില് ഒരാന്തലുണ്ടാ യി. ഞാൻ ഫോണെടുത്തതും അമ്മായി പറഞ്ഞു ഉമ്മ പോയെടീ. കു റച്ചു സമയം ഞരക്കവും മൂളലുകളുമില്ലാതെ കിടക്കുന്നത് കണ്ട് ഞാൻ എണീറ്റു നോക്കിയപ്പോൾ ചൂടു വിട്ടിരുന്നില്ല. വേദനയില്ലാത്ത പരലോ കത്തേയ്ക്ക് ഉമ്മ പോയി. ഒറ്റശ്വാസത്തിൽ കരഞ്ഞു കൊണ്ട് അമ്മായി പറഞ്ഞു. ഒന്നും പറയാതെ ഞാൻ ഫോൺ വച്ചു. ഉമ്മയുടെ വേദനകൾ അവസാനിച്ചു.

ബാപ്പയെക്കുറിച്ചാണ് അന്നേരമോർത്തത്, ഉമ്മൂമ്മയുടെ മരണം വീ ണ്ടും കൺമുൻപിലൂടെ കടന്നുപോയി. സങ്കടത്തിലാഴ്ന്നിരിക്കുന്ന ബാപ്പ യോട് ഞാൻ ചോദിച്ചു ചോദ്യത്തിനുള്ള മറുപടി എന്റെ കാതിലലയ ടിച്ചു. ഉമ്മയുടെ മരണശേഷം മൂസനബി (അ) തൂർസീനാ പർവ്വതം കയ

റുന്നതിനിടയിൽ ചെറുതായി വഴുതിപ്പോയി. അപ്പോൾ അല്ലാഹു പറഞ്ഞു ഹേയ്, മൂസ ഇനി മുതൽ സൂക്ഷിച്ചു നടക്കണേ എന്തു കൊണ്ടെന്നാൽ ദു ആ ചെയ്യുന്ന കൈകൾ ഇനി ഇല്ലയെന്ന കാര്യം മറക്കരുത്. ഉമ്മയുടെ ദുആ മരണം ഒഴികെ എല്ലാ ബുദ്ധിമുട്ടുകളിൽ നിന്നും നമ്മളെ കാത്തു രക്ഷിക്കുന്നു.

പരലോക കവാടത്തിലേയ്ക്ക് യാത്രയായ ഉമ്മയ്ക്കു വേണ്ടി ഞാൻ പ്രാർത്ഥന ചെയ്തു. അല്ലാഹുവിന്റെ രക്ഷയും സമാധാനവും ഉമ്മയ്ക്ക് ഉണ്ടാകട്ടെ. അല്ലാഹു കണക്കാക്കുമ്പോൾ ഞങ്ങളും നിങ്ങളോടൊപ്പം വന്നുചേരുന്നതാണ് ഞങ്ങൾക്കും നിങ്ങൾക്കും മാപ്പും സൗഖ്യവും നൽകുവാൻ ഞാൻ അല്ലാഹുവിനോട് പ്രാർത്ഥിക്കുന്നു.

അദ്ദേഹമെന്നെ ഉമ്മയെ കാണുവാനായി നാട്ടിലേയ്ക്കു പറഞ്ഞയച്ചു. ഹസീനയും എത്തിയിരുന്നു. അമ്മായിയായിരുന്നു ഉമ്മയുടെ മരണത്തിൽ ഏറെ സങ്കടത്തിലാണ്ടുപോയത്. രണ്ടു പെൺകുട്ടികളുണ്ടായിട്ടും ആദ്യം മുതൽ അന്ത്യം വരെ അമ്മായി ഉമ്മയിൽ നിന്നും വേർപിരിഞ്ഞിരുന്നില്ല. മക്കളേക്കാൾ ഉമ്മയെ സ്നേഹിച്ചു പരിചരിച്ചു. അന്ത്യം വരെ കൂട്ടായി ഒപ്പം നിന്നു. ഉമ്മയ്ക്കും അമ്മായിയോട് കരുതലായിരുന്നു. യാത്ര പറഞ്ഞ് ആദ്യം പിരിയുമ്പോൾ ഉമ്മ പറഞ്ഞതും അമ്മായിയെക്കുറിച്ചുള്ള ആശങ്കയായിരുന്നു.

ഹുതാ നസീറയെ കൈവിടരുതെന്ന്, പിന്നെങ്ങനെ ഉമ്മയുടെ വേർപാട് അമ്മായി സഹിക്കും.

ഹസീന ഉമ്മയുടെ മയ്യിത്ത് നിസ്ക്കാരം കഴിഞ്ഞു ഖബറിലേക്കെടുത്തപ്പോൾ റഷീദിക്കയുടെ ഉമ്മക്കൊപ്പം പോകുവാനായൊരുങ്ങി. പോകുന്നതിനു മുൻപ് അവൾ ഒരു തുണ്ടു ചുരുട്ടിയ പേപ്പർ കഷ്ണം എന്റെ കയ്യില് വച്ചു തന്നു. അവളുടെ ഫോൺ നമ്പറായിരുന്നു അത്.

റഷീദിക്കയുടെ ഉമ്മയ്ക്കൊപ്പം എന്നോടും അമ്മായിയോടും യാത്ര പറഞ്ഞ് ഹസീന ഇറങ്ങി പോയപ്പോൾ കൂടെ നിന്നവർക്കിടയിൽ അതൊരു ചർച്ചാവിഷയമായി. എനിക്കും അമ്മായിയ്ക്കും അവളോടൊരു പരിഭവം പോലും ഭാവിക്കാനാവുമായിരുന്നില്ലല്ലോ. ഏഴു ദിവസം കഴിഞ്ഞു ഞാൻ തിരിച്ചു പോരുമ്പോഴേയ്ക്കും അമ്മായിയുടെ സംസാരം ഏതാണ്ടു നിലച്ചുപോയതു പോലെയായിരുന്നു. ഒറ്റയ്ക്കായി പോകുന്നതിന്റെ വേദനായിരുന്നത്. അമ്മായിയ്ക്ക് കൂട്ടിനായി ജോസേട്ടന്റെ പരിചയത്തിലുള്ള ഒരു സ്ത്രീയെ ഏർപ്പാടാക്കി. പൈസയും ആവശ്യത്തിനേൽപ്പിച്ചു. എന്നും വിളിക്കാമെന്നും പറഞ്ഞു. എല്ലാം ഒളിച്ചു വച്ചുകൊണ്ട് ഞാൻ വീണ്ടും യാത്ര പറഞ്ഞിറങ്ങി. ആ ഒളിച്ചു വയ്പിനുമുണ്ടായിരുന്നു ഒരു

കാരണം. ജനിച്ച നാട്. വല്ലപ്പോഴും പോയി വരാവുന്ന ഇടം മാത്രമാണെന്നും പിറന്ന ഉദരവും, സ്നേഹവും മറ്റു ബന്ധങ്ങളും ഇടയ്ക്ക് സൗഹൃദ സന്ദർശനം നടത്തി പോരുന്നതു പോലെയാണെന്നും ഞാൻ ഉൾക്കൊണ്ടിരുന്നു. അതറിയുന്ന നിമിഷം അമ്മായി തളരും. അതെനിക്കുറപ്പായിരുന്നു. വാർദ്ധക്യത്തിൽ അവർ ഒറ്റയ്ക്കായി പോകുമെന്ന ഭയം അവരിൽ വന്നു മൂടപ്പെടും. ഒരിക്കലും അതുണ്ടാകാൻ പാടില്ല. എന്നും ഞാനവർക്കു കുടെയുണ്ടാകുമെന്ന തോന്നലുളവാകണം അതായിരുന്നു എന്റെയുള്ളിൽ.

തിരിച്ചെത്തിയ എന്നിൽ വീണ്ടും മ്ലാനത തളം കെട്ടി കിടന്നു. അതു കൊണ്ട് ഇന്നലെകൾ ചികഞ്ഞ് ജീവിതം പാഴാക്കരുതെന്നും ഇന്നത്തെ സന്തോഷം നശിപ്പിക്കരുതെന്നും അദ്ദേഹം എന്നെ ഓർമ്മിപ്പിച്ചുകൊണ്ടിരുന്നു. എന്റെ ഇഷ്ടങ്ങളേക്കാൾ അദ്ദേഹത്തിന്റെ ഇഷ്ടാനിഷ്ടങ്ങളെ ഞാൻ മാനിച്ചിരുന്നു. ഒറ്റക്കായിപ്പോയ അമ്മായിക്ക് വീടു പിതുക്കിപണിതു നൽകുവാൻ അദ്ദേഹം നല്ല മനസ്സുകാട്ടി. അവരുടെ സംരക്ഷണ ചുമതലയേറ്റെടുത്തെന്നോണം അദ്ദേഹത്തിന്റെ സ്ഥാപനങ്ങളിൽ നിന്നും സഹായഹസ്തങ്ങൾ എത്തുന്നവർക്കൊപ്പം അമ്മായിയും ചേർക്കപ്പെട്ടു. ഇത്രയും പണം എവിടെന്നുള്ള അമ്മായിയുടെ ചോദ്യത്തിന് പൂർണ്ണമായി ഉത്തരം നൽകാതെ ഞാൻ ഒഴിഞ്ഞുമാറിക്കൊണ്ടിരുന്നു.

ഒറ്റയ്ക്ക് ധാരാളം യാത്രകൾ ചെയ്തിരുന്ന അദ്ദേഹം എന്നെ ഒരിക്കലും കൂടെ കൂട്ടിയിരുന്നില്ല. ആ വില്ലയ്ക്കുള്ളിൽ എനിക്കു സ്വാതന്ത്ര്യമുണ്ടായിരുന്നു. അസുഖം വന്നാൽ ഹോസ്പിറ്റലിലേയക്ക് അദ്ദേഹം എന്നെ കൊണ്ടു പോകുമായിരുന്നു. നാട്ടിലേയ്ക്ക് അത്യാവശ്യം പോകേണ്ടി വന്നെങ്കിൽ ഒരാഴ്ചയ്ക്കകം തിരിച്ചെത്തണമെന്ന നിർദ്ദേശത്തിൽ എന്നെ പറഞ്ഞയക്കുമായിരുന്നു. പ്രായം ഒരു വ്യത്യാസമായി എനിക്കനുഭവപ്പെട്ടിരുന്നില്ല. രേണുക ചേച്ചിയോടും, കുഞ്ഞിനോടും ഞാൻ എന്നും നന്ദിയുള്ളവളായിരുന്നു. അവരുടെ കുഞ്ഞ് വളർന്നു സ്കൂളിൽ പോകാൻ തുടങ്ങിയിരുന്നു.

ഹസീനയെ പലതവണ വിളിച്ചപ്പോഴായിരുന്നു കിട്ടിയത്. പതറാതെ, ഇടറാതെയിരുന്ന ആ ശബ്ദത്തിന് പതർച്ചയും ഇടർച്ചയും വന്നു ചേർന്നിരുന്നു. ഒന്നും പറയാതെ അവൾ വീണ്ടും പഴയ അവസ്ഥയേക്കാൾ ചുരുങ്ങി പോയിരുന്നതായി എനിക്കു തോന്നി. പിന്നീടുള്ള വിളികളിൽ അവൾ ഒരിക്കൽ മാത്രം എന്നോട് ചോദിച്ചു. 'ഹുതാ... എന്നെങ്കിലുമൊരിക്കൽ ഇവിടുന്ന് ഒറ്റയ്ക്കായി ഞാൻ ഇറങ്ങി വന്നാൽ അമ്മായിയ്ക്കരികിൽ ഞാനെത്തെട്ടെ.' അതു കേട്ടു ഞാൻ അവളോടു പറഞ്ഞു. 'എന്നു

വേണമെങ്കിലും ആ വീട്ടിൽ നിനക്കെത്താം. ഒരിക്കലും ആരുടേയും അനുവാദത്തിനു നീ കാത്തിരിക്കുകയോ കാതോർക്കുകയോ വേണ്ട. ആ വീട് ഇപ്പോൾ ജീവിച്ചിരിക്കുന്ന നമ്മൾ മൂന്നു പേർക്കും അവകാശപ്പെട്ടതാണ്. അന്നു ഫോൺ വയ്ക്കുമ്പോൾ ഇനി നീ ഇപ്പോഴൊന്നും വിളിക്കേണ്ട ഹുതാ...' ഞാൻ അവൾ ഫോൺ വയക്കുന്നതിനു മുൻപ് അമ്മായിയുടെ ഫോൺ നമ്പർ അവൾക്ക് നൽകി. ഞാൻ അന്നേരം തന്നെ അമ്മായിയെ വിളിച്ചു ഹസീനയെ വിളിച്ച കാര്യങ്ങൾ പറയുകയും അവളുടെ ഫോൺ നമ്പർ അമ്മായിയ്ക്കു കൈമാറുകയും ചെയ്തു. ആശങ്കകൾ എന്നെ പിടിമുറുക്കി. എല്ലാ അവസ്ഥയിലും സ്വസ്ഥത അനുഭവിക്കാൻ സാധിക്കാത്ത വിധമായിരുന്നു ഓരോ ദിവസങ്ങളും കഴിഞ്ഞു പോയിരുന്നത്.

ആ ജീവിതത്തിൽ രണ്ടു മക്കൾ ജനിച്ചു അസ്ക്കറും ആസീഫും. ഒരു ജോലിക്കാരിക്കു പുറമേ പ്രസവ ശുശ്രൂഷക്കായി മറ്റൊരാളെ കൂടി താല്ക്കാലികമായി അദ്ദേഹം ഏർപ്പെടുത്തി. പതിമൂന്നു വർഷത്തെ ദാമ്പത്യ ജീവിതം എനിക്കു നല്കി അദ്ദേഹം മരണപ്പെട്ടു.

നാലുമാസവും പത്തു ദിവസവും ഞാൻ ഇദ്ദ ആചരിച്ചു. ആ ദീക്ഷ അവധി തീരും വരേയും സ്വന്തം കൂടപ്പിറപ്പായ സഹോദരനെയല്ലാതെ മറ്റൊരു പുരുഷനേയും കാണുവാൻ എനിക്കനുവാദമില്ലായിരുന്നു. അങ്ങനെയൊരു കൂടപ്പിറപ്പ് ആശ്വസിപ്പിക്കാൻ എനിക്കില്ലായിരുന്നു. മറിയം താത്തയായിരുന്നു എനിക്കും മക്കൾക്കും കൂട്ട്. പകലും ഇരവിനു സമമായതു പോലെ എനിക്കു തോന്നി. ജീവനറ്റതുപോലെ ഞാൻ അല്ലാഹുവിൽ അഭയം തേടി. പരമ കാരുണ്യവാനായ അല്ലാഹുവേ, നീ രാവിനെ പകലിലേയ്ക്കു കടത്തിവിടുന്നു. നീ ജീവനില്ലാത്തതിൽ നിന്ന് ജീവനുള്ളതിനെ പുറപ്പെടുവിക്കുന്നു. ഇച്ഛിക്കുന്നവർക്ക് നീ കണക്കില്ലാതെ കൊടുക്കുന്നു.

ഇദ്ദ അവസാനിച്ചു കഴിഞ്ഞപ്പോൾ അദ്ദേഹത്തിന്റെ സഹോദരി എന്നേയും കൂട്ടി ഉംറക്ക് പോയിരുന്നു. അദ്ദേഹത്തിനു വേണ്ടിയും എന്റെ ബാപ്പയും ഉമ്മക്കും വേണ്ടിയും ഞാൻ ഉംറ ചെയ്തു. ഉംറ കഴിഞ്ഞു വന്നതിനും ശേഷം അദ്ദേഹത്തിന്റെ സഹോദരിയും മകളും തിരിച്ചുപോയി.

ഞങ്ങളുടെ ജീവിതത്തിനു വേണ്ടതെല്ലാം അദ്ദേഹം കരുതി വച്ചിരുന്നു. ഒറ്റപ്പെടൽ എനിക്ക് അസഹ്യമായ വേദന നല്കി. ഓർമ്മകളിൽ ഞാൻ ദു:ഖിതയായി.

അദ്ദേഹത്തിന്റെ മുറിയിൽ കടന്നുചെന്നാൽ മരണത്തിന്റെ ഗന്ധം എനിക്ക് അനുഭവപ്പെടും. ശരീരം തണുത്തു വിറയ്ക്കും. ജീവനറ്റ ശരീ

രത്തിന്റെ തണുപ്പ് ഞാനറിയും. മാനസിക നിലയിൽ മാറ്റമുണ്ടാകുമോയെന്ന് ഞാൻ വിഹ്വലതകൊണ്ടു. ആ സമയങ്ങളിൽ ഞാൻ മക്കളെയോർത്തു. അവരേയും കൊണ്ട് ഞാൻ അമ്മായിക്കരികിലെത്താൻ ആഗ്രഹിച്ചു. വിഫലമായ ആഗ്രഹം മാത്രമാണതെന്ന് എനിക്കറിയാമായിരുന്നു എന്നിട്ടും ഞാനതു ആഗ്രഹിച്ചിരുന്നു.

ജീവിതത്തിൽ മാറ്റങ്ങൾ അനിവാര്യമാണല്ലോ? മറിയം താത്ത എന്നെ അതിനു പ്രാപ്തയാക്കി. ഡ്രൈവിങ്ങ് പഠിച്ചു മക്കൾക്കൊപ്പം യാത്ര ചെയ്തു. അവരുടെ സന്തോഷത്തിനും ഉല്ലാസത്തിനുമായി അവർക്കൊപ്പം ഞാനും സമയം ചെലവഴിച്ചു. ബാപ്പയുടെ അസാന്നിധ്യം അവരിൽ വിഷാദം സൃഷ്ടിക്കാതിരിക്കാൻ ഞാൻ ശ്രദ്ധയൂന്നി.

മക്കൾ സ്ക്കൂളിൽ പോയി കഴിഞ്ഞുള്ള സമയങ്ങളിലെ എന്റെ വിരസതയും  വിരഹവും എന്നിൽ കൂടുതൽ അസ്വസ്ഥതയുള്ളവാക്കി. നിശബ്ദത എന്നെ ഭയവിഹ്വലയാക്കി. ഒറ്റയ്ക്കും യാത്ര ചെയ്യുവാൻ ചില സമയങ്ങളിൽ ഭയപ്പെട്ടു. മാറ്റം പൂർണ്ണമായും ഉൾക്കൊള്ളുവാൻ എന്റെ മനസ്സെന്തോ വിമുഖത കാണിച്ചു. നിയന്ത്രണമില്ലാതെ ചീറിപ്പായുന്ന വാഹനം കണക്കെ എന്റെ മനസ്സും എവിടെയൊക്കെയോ യാത്രചെയ്ത് തട്ടിയും മുട്ടിയും പരിക്കേറ്റു. അറ്റം കാണുവാനാകാതെ തിരികെ വന്നു.

നാട്ടിലേയ്ക്കു വിളിക്കുമ്പോൾ നീയെന്താ നാട്ടിൽ വരാത്തത് ഹുതയെന്ന അമ്മായിയുടെ ചോദ്യം. അമ്മായിക്കു മനസ്സിലാക്കാത്ത വിധം വീട്ടാക്കടങ്ങളുടെ കണക്കുകൾ നിരത്തി ഞാൻ രക്ഷപ്പെട്ടുകൊണ്ടിരുന്നു. അവർക്കു വേദനിക്കുമെന്നറിഞ്ഞുകൊണ്ടുള്ള അസത്യങ്ങൾ നിരത്തൽ എന്നിൽ മടുപ്പുളവാക്കികൊണ്ടിരുന്നു. കുറച്ചു ദിവസങ്ങൾ ഞാൻ അമ്മായിയെ വിളിക്കാതിരിക്കാൻ ശ്രമിച്ചു. ആഴ്ചകൾക്കു ശേഷം അമ്മായിയെ വിളിച്ചപ്പോൾ ഹസീനയായിരുന്നു ഫോണെടുത്തത്. ആ ശബ്ദം തിരിച്ചറിഞ്ഞ ഞാൻ അമ്പരപ്പോടെ അവളെ വിളിച്ചു 'ഹസീന...' എന്റെ വിളികേട്ടു അവൾ പറഞ്ഞു, 'റഷീദിക്ക മയ്യത്തായി പോയി ഹുതാ...' കടുത്ത അപസ്മാരം അടിയ്ക്കടി വരുമായിരുന്നു. ഇപ്പോൾ ഖബറിൽ സുഖകരമായ ഉറക്കത്തിലാണ്. എന്റെ സബീനപ്പാട്ടുപാടി കേൾക്കാതെ, വാശിപിടിക്കാതെയുള്ള ഉറക്കം. എന്റെ പേരിൽ നിക്ഷേപിച്ച അഞ്ചുലക്ഷം രൂപ അവർ എനിക്കു നല്കി. ആ വീടും സ്ഥലവും വിറ്റിട്ടാണല്ലോ ഇവിടുന്നു മാറിയത്. അതിൽ എനിക്കവകാശമൊന്നുമില്ലായിരുന്നു. ഇറങ്ങിപ്പോകാൻ അവർ പറഞ്ഞിരുന്നില്ല. പടച്ചവൻ എന്നെയേൽപ്പിച്ച ജോലികഴിഞ്ഞെന്നെനിക്കു തോന്നി. വേതനം ഒന്നിച്ചവർ നല്കി. പിന്നെ അർത്ഥമില്ലാതെ ഒരിടത്തു തങ്ങുന്നതിൽ കാര്യമില്ലെന്നു ഞാൻ മനസ്സി

ലാക്കി. ഒറ്റയ്ക്കായിരുന്നു തിരിച്ചുള്ള യാത്ര. ഇനി അമ്മായിയ്ക്ക് ഞാനും എനിക്കവരുമുണ്ട്. വിധിയുടെ രണ്ടു വിഴുപ്പുകൾ ഊഴവും കാത്ത് ഈ വീട്ടിലുണ്ട്. നീ പുതുക്കി പണിയുകയും സൗകര്യങ്ങൾ ഏർപ്പാടാക്കുകയും ചെയ്തതുകൊണ്ട് സ്വസ്ഥമായി കഴിയാം. നിന്റെ ജീവിതം ഞങ്ങൾക്കായി നീ നേർച്ചയിട്ടിരിക്കുകയല്ലേ? ഹസീന സംസാരിച്ചതത്രയും ഞാൻ കേട്ടു നില്ക്കുകയായിരുന്നു. അവൾ അത്രയും സംസാരിക്കുന്നത് ഞാൻ രണ്ടാമത്തെ തവണയായിരുന്നു കേൾക്കുന്നത്. അവളേയും അമ്മായിയേയും ആശ്വസിപ്പിച്ചുകൊണ്ട് സ്വയം ആശ്വസിക്കുവാനാകാതെ ഞാൻ ഫോൺ വച്ചു.

ആ മാസത്തെ ഫോൺ ബില്ലു കിട്ടിയപ്പോഴായിരുന്നു എത്രസമയം ഞാൻ ഹസീനയുടെ സംസാരം കേട്ടുനിന്നതെന്നു മനസ്സിലായത്. കുടുംബത്തിലേയ്ക്ക് വന്നു ചേരുന്ന ഓരോ വിധിയുടെ തമാശകളോർത്ത് ഞാൻ കരഞ്ഞു തീർത്തു. വീർപ്പുമുട്ടി സ്വയം പിടഞ്ഞു മരിക്കുമെന്നു അവസ്ഥയിലായിരുന്നു ഞാൻ. അന്നേരമായിരുന്നു അദ്ദേഹത്തിന്റെ ഓഫീസിൽ ചെല്ലുവാനും  കാര്യങ്ങൾ പഠിക്കുവാനും മറിയം താത്ത എന്നെ നിർബന്ധിച്ചത്. മക്കളെ സ്കൂളിൽ വിട്ടതിനു ശേഷം ഞാൻ ഓഫീസിലെത്തി ആദ്യം എനിക്കൊരു ബുദ്ധിമുട്ടായിരുന്നു അത്. പല ഭാഷ സംസാരിക്കണമെന്നെനിക്കറിയുമായിരുന്നില്ല. ഭാഷ ഒരു പ്രശ്നമായി മാറിയപ്പോൾ അവിടെ ഓഫീസ് ബോയ് ആയിരുന്ന മുസ്തഫ എന്റെ സഹായത്തിനെത്തി. കൂടെ ശ്രീകല എന്ന സ്ത്രീയും എനിക്കൊരു  സഹായമായിമാറി. എന്റെ ഏതു സംശയങ്ങൾക്കും മുസ്തഫയുടെ കൈവശം മറുപടിയുണ്ടായിരുന്നു. പോകെ പോകെ പരിചയം സൗഹൃദവും വിശ്വാസവുമായി മാറി. മുസ്തഫയുടെ ചടുലമായ സംസാരം ആകർഷണീയമായ വ്യക്തിത്വം എല്ലാ കാര്യങ്ങൾക്കും മുസ്തഫ ഒരു ആശ്വാസമായി മാറുകയായിരുന്നു. ഞാൻ ഓഫീസിൽ പോകാതിരിക്കുന്ന ദിവസങ്ങൾ ചെക്കുകൾ സൈൻ വാങ്ങുന്നതിനായി അയാൾ വീട്ടിലെത്തുമായിരുന്നു. വിശ്വാസവും, സ്നേഹവും, പരസ്പരം നിക്ഷിപ്തമായപ്പോൾ പതിയെ ആ ബന്ധം വഴിമാറ്റപ്പെടുന്നതായി എനിക്കു തോന്നി തുടങ്ങി. മനസ്സിനെ നിയന്ത്രിച്ചു. പക്ഷേ പ്രലോഭനങ്ങളിൽ കാലിടറി. വിവാഹാഭ്യാർത്ഥനയോടയായിരുന്നു മുസ്തഫ പുതിയ ബന്ധത്തിന് തുടക്കം കുറിച്ചത്. നിയമം അനുവദിക്കാത്തിടത്ത് ആരുമറിയാതെയുള്ള, ഒരു വിവാഹം. ഞാൻ ഒഴിഞ്ഞുമാറുന്നതനുസരിച്ചു അയാൾ പിടിമുറിക്കിക്കൊണ്ടിരുന്നു. വീട്ടിൽ വരുന്ന ദിവസങ്ങളിൽ മക്കളെ അയാൾ സ്നേഹവായ്പിൽ പൊതിഞ്ഞു. അവരും അതിൽ വീണുപോയിരുന്നു.

കാരണം അവരുടെ ബാബയുടെ സ്നേഹം നഷ്ടപ്പെട്ടതിനുശേഷം അവർ എന്നിലേയ്ക്കായി ചുരുങ്ങിയിരുന്നു. എന്റെ സ്നേഹം മാത്രമായിരുന്നു അവർക്കു ലഭിച്ചിരുന്നത്. മറ്റൊരു സ്നേഹം അവർക്കു മുൻപിൽ ഒരാൾ തുറന്നുകാട്ടിയപ്പോൾ അവരും അതിൽ വീണലിഞ്ഞു പോയിരുന്നു. എന്നേക്കാൾ പ്രായക്കുറവായിരുന്ന മുസ്തഫയെ ഞാൻ അതു പറഞ്ഞു പിൻമാറാൻ ഉപദേശിച്ചു. പാഴ്ശ്രമമായിരുന്നു അത്. പല കഥകൾ എനിക്കുമുൻപിൽ നിരത്തി മുസ്തഫ എന്നെ പാട്ടിലാക്കാൻ ശ്രമിച്ചുകൊണ്ടിരുന്നു.

പ്രവാചകൻ വിവാഹം ചെയ്ത സൗദ(റ)യെക്കുറിച്ച് മുസ്തഫ വാചാലനായി. പുനർ വിവാഹം സ്വപ്നം കാണാതെ കഴിഞ്ഞിരുന്ന നിരാലംബയായ, സമൂഹ സങ്കല്പത്തിൽ സൗന്ദര്യം തൊട്ടുതീണ്ടിയിട്ടില്ലാത്ത പ്രായത്തിൽ തന്നേക്കാൾ  വളരെയധികം മുതിർന്ന സൗദ(റ)യെ പ്രവാചകൻ വിവാഹം ചെയ്തത് കേവലം ലൈംഗിക താത്പര്യത്തിനു വേണ്ടിയായിരുന്നില്ല. മറിച്ച്  അവരെ സംരക്ഷിക്കുക എന്ന ഉദ്ദേശ്യ ശുദ്ധിയോടെയായിരുന്നു. ഞാനിതു പറയുന്നത് പ്രായം ജീവിതത്തിൽ ഒരു ഘടകമേയല്ല എന്നു മനസ്സിലാക്കുവാൻ വേണ്ടിയാണ് ഹുതാ. മേഡം എന്ന വിളി സ്വയം ഒഴിവാക്കി ഹുതാ എന്നയാൾ എന്നെ സംബോധന ചെയ്തു തുടങ്ങിയിരുന്നു. ഹുതയുടെ പ്രായം നിങ്ങൾ പറയുന്നവരേയും എനിക്കറിയുമായിരുന്നില്ല.

പ്രാവചകൻ (സ) എത്രയോ വലിയവനാണ്. മഹാമനസ്കനാണ്. ഞാൻ അങ്ങനെയുള്ള ത്യാഗങ്ങളൊന്നുമല്ലല്ലോ ഹുതാ ചെയ്യുന്നത്. നീ സൗന്ദര്യവതിയാണ്. സമ്പന്നയാണ്, ഞാനാണ് നിർദ്ധനൻ നിനക്ക് എന്നെ ഇഷ്ടപ്പെടുവാൻ സാധിക്കുമെങ്കിൽ നമുക്കൊരുമിച്ചു കഴിയാം. വിവാഹം നീ ഇഷ്ടപ്പെടുന്നില്ലെങ്കിൽ അതിനു ഞാൻ നിർബന്ധിക്കുന്നില്ല. നല്ല സമയം എന്തിനുകളയുന്നു ഹുതാ. പ്രായം ജീവിതത്തിൽ ഒരു ഘടകമേയല്ലെന്നു ഹുതാ മനസ്സിലാക്കുക എന്നിട്ടു തീരുമാനിക്കൂ. ഞാൻ നല്ലൊരു തീരുമാനത്തിനായി കാത്തിരിക്കുന്നു. മുസ്തഫ എന്നോടു പറഞ്ഞു.

അന്നു രാത്രി അടച്ചിട്ട അദ്ദേഹത്തിന്റെ മുറിയിൽ ഞാൻ കയറി. മരണത്തിന്റെ തണുത്ത കരങ്ങൾ എന്നെ ആലിംഗനം ചെയ്യുന്നതായി എനിക്കു തോന്നി. മരണത്തിന്റെ ഗന്ധം ഞാൻ ശ്വസിച്ചു. ഞാൻ അവശയായി തളർന്നു. ആ മുറിയിൽ നിന്നും ഓടിയിറങ്ങി വാതിലടച്ചു. പ്രലോഭനത്തിൽ കുടുങ്ങിയ എന്റെ മനസ്സ് ഒരു തീരുമാനമെടുക്കുവാനാകാതെ കുഴങ്ങി.  ഓരോ ഘടകങ്ങളിലും ഞാൻ വിവശയായിക്കൊണ്ടിരുന്നു.

ഓരോ ജീവിതങ്ങളും എന്റെ മുൻപിലൂടെ വീണ്ടും ഓടിക്കൊണ്ടിരുന്നു. ഹസീന, റഷീദിക്ക, അമ്മായി, സ്വന്തം ജീവിതം, ജീവിതത്തിൽ എവിടേയും എത്തുവാനാകാതെ വിധിയുടെ വിഴുപ്പുകളായി അവശേഷിപ്പാകുന്ന ജന്മങ്ങൾ, അമ്മായിയുടെ ജീവിത പാഠം, പ്രണയത്തിന്റെ വാതിലുകൾ കൗമാരത്തിലെ ഞാൻ കൊട്ടിയടച്ചിരുന്നു. ഹസീനയുടെ മനസ്സ് വൈകിയാണ് തനിക്കു മുൻപിൽ തുറക്കപ്പെട്ടിരുന്നത്. എവിടേയും പരാജയം. സ്വയം കെട്ടോടുങ്ങൽ. പതിമൂന്നു വർഷത്തെ ദാമ്പത്യം. പിന്നീട് വൈധവ്യം. ഇനിയും മറ്റൊരു പുരുഷൻ? അടുത്ത വിധി എന്തായിരിക്കും? മുസ്തഫ പ്രലോഭനങ്ങൾ തുടർന്നുകൊണ്ടിരുന്നു. കാലിടറാതിരിക്കാൻ ഞാനും ശ്രമിച്ചുകൊണ്ടിരുന്നു. ഓഫീസിലെത്തുമ്പോൾ ശ്രീകല മുസ്തഫയ്ക്ക് എന്നോടുള്ള സ്നേഹത്തിന്റെ തീവ്രതയെപ്പറ്റി പറയാതെ പറഞ്ഞെന്നെ ബോധ്യപ്പെടുത്തിക്കൊണ്ടിരുന്നു. വിലക്കിയിട്ടും ദിവസത്തിൽ ഒരു തവണ മുസ്തഫ വീട്ടിലെത്തി. ഒരു ദിവസം അയാളെ കണ്ടിലെങ്കിൽ എന്റെ മക്കളായ  അസ്ക്കറും ആസിഫും ചോദിക്കുമായിരുന്നു. അത്രയും അവരിൽ മുസ്തഫ സ്വാധീനം ചെലുത്തിയിരുന്നു. പ്രലോഭനങ്ങളിൽ വഴിപ്പെട്ടു പോകാതിരിക്കുവാൻ ഞാൻ പരമകാരുണികനിൽ അഭയം തേടി. പക്ഷേ സ്നേഹത്തിന്റെ, അന്ധത എന്നിൽ മറ സൃഷ്ടിച്ചു. നിയന്ത്രണം എന്റെ പരിധിക്കു പുറത്തായി. അഞ്ചുവർഷം വിവാഹിതരാകാതെ ഞങ്ങൾ ഒരുമിച്ചു താമസിച്ചു. സ്നേഹം കൊണ്ടയാൾ എന്നേയും മക്കളേയും കീഴ്പ്പെടുത്തി. ഈ ഒരു ബന്ധം നിഷേധിച്ചിരുന്നുവെങ്കിൽ എനിക്കു തീരാനഷ്ടമായി  ജീവിതം കടന്നുപോകുമായിരുന്നേനെയെന്ന് ഞാൻ കരുതി.

ആ ബന്ധത്തെക്കുറിച്ച് ആരും എന്നോട് നേരിട്ടു ചോദിച്ചിരുന്നില്ല. മറിയം താത്ത അറിഞ്ഞിട്ടും അറിയാത്തഭാവത്തിൽ കണ്ടിട്ടും കാണാത്തഭാവത്തിൽ നാട്യം നടിച്ചു. അതെന്തായിരിക്കുമെന്ന് എനിക്കറിയുമായിരുന്നില്ല. ചിലപ്പോൾ എന്റെ പ്രായത്തെ ഓർത്ത് കടിഞ്ഞാണിടാൻ പറ്റാത്ത എന്റെ മോഹത്തെയോർത്ത് അവർ ഒഴിഞ്ഞു മാറിയതാകും. ഒരിക്കലും എന്നോട് അകലാതെ വിരോധം ഭാവിക്കാതെ ആ ബന്ധം തുടർന്നു. അതൊരു പക്ഷേ മറിയം താത്തക്കേ സാധിക്കൂ.

പതിമൂന്നു വർഷത്തെ എന്റെ വിവാഹബന്ധത്തിൽ പ്രണയവും, സ്വാതന്ത്ര്യവും ഞാൻ അനുഭവിച്ചിരുന്നില്ല. സുരക്ഷിതത്വം ആവോളമുണ്ടായിരുന്നു. എനിക്കായി കരുതിവയ്ക്കലുണ്ടായിരുന്നു. അഞ്ചുവർഷത്തിനിടയിൽ ഞാൻ സ്വതന്ത്രമായി സഞ്ചരിച്ചു പ്രണയമാസ്വദിച്ചു. ആസ്വാദനം മാത്രമായിരുന്നു. ജീവിതം അതൊരു കെണിയായിരുന്നു

വെന്ന് അറിയാൻ അഞ്ചുവർഷം കഴിയേണ്ടിവന്നു. അതുവരെ മുസ്തഫയൊരുക്കിയ കെണിയിൽ ഞാൻ ഒന്നുമറിയാതെ കുരുങ്ങിക്കിടന്നു. കെണിയിൽ കുരുങ്ങിയ എന്നെ അയാൾ നിലയില്ലാ കയത്തിലേയ്ക്ക് തള്ളിയിടുകയും ചെയ്തു. ഒരിക്കലും കൈകാലുകളിട്ടടിച്ച് അലമുറകൂട്ടി മറ്റുള്ളവരെ അറിയിക്കാതെ പതിയെതുഴഞ്ഞ് കരയ്ക്കണയണമെന്നും ജീവിതം മുന്നോട്ടുകൊണ്ടുപോകുമെന്നും അഞ്ചുവർഷം കൂടെ ജീവിച്ച മുസ്തഫയേക്കാൾ കൂടുതലാർക്കറിയാം.

അഞ്ചുവർഷത്തിനു ശേഷമായിരുന്നു മുസ്തഫ നാട്ടിലേയ്ക്കു പോകുവാനായൊരുങ്ങിയത്. എന്നോടും മക്കളോടും പോയിവരാമെന്നും പറഞ്ഞ് മുസ്തഫ യാത്രയായി. മുസ്തഫയെ യാത്രയയക്കുമ്പോൾ അദ്ദേഹത്തിന്റെ പണവും ബന്ധുക്കൾക്കായ് വിലകൂടിയ സമ്മാനങ്ങളും ഞാൻ നല്കി. അന്നു പോയ മുസ്തഫ പിന്നീടൊരിക്കലും എന്റെ ജീവിതത്തിലേയ്ക്കോ, ആ കമ്പനിയിലോട്ടോ, തിരിച്ചു വന്നിരുന്നില്ല. വിശ്വാസത്തിന്റെ പേരിൽ ഒപ്പിട്ടു കൊടുത്ത ചെക്കുകൾ പണമായി മാറ്റപ്പെട്ടു പോയത് അയാളുടെ സ്വന്തം അക്കൗണ്ടിലേയ്ക്കായിരുന്നുവെന്ന് മുസ്തഫ പോയതിനുശേഷമാണ് ഞാനറിയുന്നത്. വൈകി പോയിരുന്നു എല്ലാം മനസ്സിലാക്കിയെടുക്കുവാൻ. മറ്റൊരു വിവാഹം കഴിച്ചു ജീവിക്കുവാൻ മുസ്തഫയ്ക്ക് മറ്റു തടസ്സങ്ങൾ ഒന്നും തന്നെയില്ലായിരുന്നു. ശ്രീകലയിൽ നിന്നു തന്നെ ഞാനതറിഞ്ഞു. വിഷാദത്തിന്റെ പടുകുഴിയിലേയ്ക്ക് അകപ്പെട്ടു പോകുമോയെന്നു ഞാൻ ഭയന്നു.

മക്കൾ എന്നോടൊന്നും ചോദിച്ചിരുന്നില്ല. മുസ്തഫയെ അവർ ബാബയ്ക്കു തുല്യമായി തന്നെയാണ് കണ്ടിരുന്നത്. അഞ്ചുവർഷം ഒന്നായി കഴിഞ്ഞവരാണ്. എല്ലാം അവർക്കറിയാമായിരുന്നുവെങ്കിലും പക്ഷേ എന്നോട് ചോദ്യങ്ങൾ ഉണ്ടായിരുന്നില്ല. അവരുടെ ബാബയെ പോലെ അവരും ബഹുമാനം അർഹിക്കുന്ന സ്വഭാവക്കാരായിരുന്നു.

മന്ദതയായിരുന്നുവെനിക്ക്. അടച്ചിട്ട അദ്ദേഹത്തിന്റെ മുറി വീണ്ടും ഞാൻ തുറന്നു. ആഴ്ചയിലൊരിക്കൽ മാത്രമായിരുന്നു ആ മുറി തുറന്നു വൃത്തിയാക്കിയിരുന്നത് . അഞ്ചുവർഷമായി ആ മുറിയിലേയ്ക്കു കയറുവാൻ ഞാൻ അശക്തയായിരുന്നു. ജോലിക്കാരി മാത്രമായിരുന്നു അവിടേക്ക് കയറിയിരുന്നത്. അന്നേ ദിവസം മുറിയിലേക്കു കയറിയ എന്നിൽ മരണത്തിന്റെ ഗന്ധവും തണുപ്പും മൂടപ്പെട്ടപ്പോഴും ഇറങ്ങിയോടിയില്ല. അശക്തവും വിഷാദവുമായ ഞാൻ ആ തണുപ്പിൽ മൂടപ്പെടുവാൻ ആഗ്രഹിച്ചു. തളർന്നു ഞാൻ നിലത്തേയ്ക്കൂർന്നു വീണു. അദ്ദേഹത്തിന്റെ രണ്ടുമക്കളെ ഞാനോർത്തു. എനിക്കൊപ്പമാണവർ ഞാനല്ലാതെ മാറ്റാ

രും അവർക്കില്ല. ആധികൾ മനസ്സിന്റെ വ്യാധിയായി മാറി. ആധികളിൽ ആശ്രയം അല്ലാഹുമാണ്. അല്ലാഹു നിങ്ങളുടെ ഭാരം കുറയ്ക്കുവാനുദ്ദേശിക്കുന്നു. ഏറെ ദുർബലനായാണല്ലോ മനുഷ്യർ സൃഷ്ടിക്കപ്പെട്ടിരിക്കുന്നത്. ആ വചനങ്ങൾ ഞാനോർത്തു.

ചിന്തകൾ വണ്ടുപോലെ എന്റെ തലയ്ക്കകത്തു മൂളിക്കൊണ്ടിരുന്നു. യൗവ്വനത്തിലെത്തും മുൻപേയുള്ള വൈധവ്യം, നൈരാശ്യത്തിലെക്ക് കൂപ്പുകുത്താനായുമ്പോൾ സ്നേഹവും, വിശ്വാസവും ഒരാളിൽ ജനിച്ചു. പ്രലോഭനങ്ങൾ പ്രണയമായി മാറി. ശരീരവും മനസ്സും അയാളിലേയ്ക്ക് വഴിമാറ്റപ്പെട്ടു. വഞ്ചനയുടെ മുഖം, അത്രയും ക്രൂരതയോടെ കാണുന്നതും അനുഭവിക്കുന്നതും ആദ്യമായിരുന്നു.

ദാമ്പത്യം ആഗ്രഹിച്ചതായിരുന്നില്ല. വിധിച്ചത് പ്രാരാബ്ധങ്ങൾക്കറുതി വരുത്തി ആ ദാമ്പത്യം കടന്നുപോയി. വഞ്ചനയുടെ ഊരാക്കുടുക്കിലാണ് കുടുങ്ങിയന്നെറിയാതെ ആ അഞ്ചുവർഷക്കാലവും കടന്നുപോയി. രണ്ടു വഴിയെ പിരിഞ്ഞുപോയ അപരിചിതരായി ആ ബന്ധവും നിലച്ചിരിക്കുന്നു. ഭൂതകാലങ്ങൾ ചികയുന്നതിൽ  അർത്ഥമില്ലെങ്കിലും ചില ചോദ്യങ്ങൾ എന്നിലേയ്ക്ക് പിന്നേയും പിന്നേയും വന്നുകൊണ്ടിരുന്നു. എന്റെ ചോദ്യങ്ങളും അതിനുള്ള ഉത്തരവും എനിക്കു വ്യക്തമായിരുന്നു. പിന്നേയും വന്നുകൊണ്ടിരിക്കുന്ന ചോദ്യങ്ങൾക്കു പ്രസക്തിയില്ലായിരുന്നു. വ്യക്തമായ ഉത്തരങ്ങളുണ്ടെങ്കിലും സംശയങ്ങൾ ബാക്കിയായി തികട്ടി വന്നുകൊണ്ടിരുന്നു.

മുസ്തഫയോടൊത്തു ജീവിക്കുമ്പോൾ അയാളിൽ സംശയത്തിന്റെ ഒരു നൂലിഴപോലും എന്നെ അലോസരപ്പെടുത്തിയിരുന്നില്ല. അയാളോട് വരുമാനത്തിന്റെ കണക്കുകളൊന്നും ഞാൻ ചോദിച്ചിരുന്നില്ല. പൂർണ്ണമായും വിശ്വസിച്ച് ശരിയായ കണക്കുകൾ രേഖപ്പെടുത്താത്തതിനാൽ എന്റെ കണക്കുകളെല്ലാം പിഴച്ചുപോയി. അഞ്ചുവർഷം എന്റെ മജ്ജയും മാംസവും സമ്പത്തും ഒരു അട്ടയെപോലെ എന്നിൽ പറ്റിച്ചേർന്നു അയാൾ ഊറ്റിക്കുടിച്ചു അവസാനം നിഷ്കരുണം എന്നെ തള്ളിക്കളത്തിരിക്കുന്നു. സ്വസ്ഥത നഷ്ടപ്പെട്ടു വേവലാതി പൂണ്ട മനസ്സുമായി ഞാൻ ദിവസങ്ങൾ തള്ളി നീക്കി.

പതിവു നിസ്കാരങ്ങൾ മുടങ്ങി. ജീവിതത്തിന്റെ ദിനചര്യകൾ താളം തെറ്റി. സാമ്പത്തിക നഷ്ടത്തേക്കാൾ വലുതായിരുന്നു എന്റെ മനസ്സിന്റെ താളം തെറ്റൽ. എല്ലാം മറന്ന് മാറ്റങ്ങൾ വേണമെന്ന് ആഗ്രഹിക്കുമ്പോഴും കഴിയാത്ത അവസ്ഥ ആ സമയങ്ങളിലൊക്കെയും അമ്മായിയേയും ഹസീനയേയും ഞാൻ മറന്നിരുന്നില്ല. നാട്ടിലേയ്ക്കൊന്നു വര

ണമെന്നുള്ള ആവശ്യമൊഴികെ മറ്റെല്ലാം ഞാൻ നടത്തിക്കൊണ്ടിരുന്നു.

പശ്ചാത്തപം ഭയമായി എന്നിൽ രൂപം കൊണ്ടു പുറമേ ഞാനത് ഭാവിച്ചിരുന്നില്ലെങ്കിലും രാത്രിയേയും ഏകാന്തതയേയും ഞാൻ ഭയന്നു. എനിക്കെന്തോ സംഭവിക്കാൻ പോകുന്നതുപോലെ. എന്റെ കണ്ണുകളിൽ കാണുന്നതിനെയൊക്കെ എനിക്കു ഭയമായി. അസ്ക്കറും, ആസിഫുമില്ലാത്ത സമയങ്ങളിൽ വീട്ടിലിരിക്കാൻ എനിക്കു ഭയമായിരുന്നു. വെളിച്ചത്തേയും, ഇരുട്ടിനെയും ഞാൻ ഭയപ്പെട്ടു. വീട്ടു ജോലിയ്ക്കു വരുന്ന തസ്ലീമ എന്നെ ആഴത്തിൽ ശ്രദ്ധിക്കുന്നതായും പരിഹസിച്ചു ചിരിക്കുന്നതായും എനിക്കുതോന്നിയിരുന്നു. അദ്ദേഹത്തിന്റെ മുറി തുറന്ന് വൃത്തിയാക്കുവാനായി അവൾ കയറിയാൽ ഞാൻ ഭയത്തോടെ മറ്റൊരു മുറിയിലേയ്ക്ക് അഭയം തേടുന്നതുപോലെ ചെന്നിരിക്കും. ആ മുറിയിൽ നിന്നും കേൾക്കുന്ന കറങ്ങുന്ന ഫാനിന്റെ ശബ്ദം പോലും  എന്നെ ഭയചകിതയാക്കി. പാതിരാത്രിയിൽ എപ്പോഴോ മയങ്ങിയിരുന്നു. അതും പിന്നീടില്ലാതായി ഒരു രോഗിയായി മാറുന്നതായി എനിക്കു തോന്നി. എന്റെ ക്ഷീണിതമായ അവസ്ഥ കണ്ടു ഡോക്ടറെ കാണിക്കാൻ മക്കൾ നിർബന്ധിച്ചു. ഒരിക്കലും ശാരീരികമായ പ്രശ്നമായിരുന്നില്ല എന്റേതെന്ന് എനിക്കറിയാമായിരുന്നു. മനസ്സിന്റെ ക്ഷീണം ശരീരത്തെ ബാധിക്കുകയായിരുന്നു. വീടിനകത്തും ഹിജാബിനാൽ മുഖം മൂടി നടന്നു ഞാൻ. ആരൊക്കയോ ഞാനറിയാതെ എന്നെ ശ്രദ്ധിക്കുന്നതായി എന്നിൽ സംശയം തോന്നിച്ചു. ദിനരാത്രങ്ങൾ എന്റെ ആയുസ്സിനെ എലിയെന്നപോലെ കരണ്ടുതിന്നുകൊണ്ടിരിക്കുന്നതായി എനിക്കു തോന്നിയിരുന്നു. പുറത്തു കടക്കവാനാകാത്തവിധം ഭയത്തിന്റെ പുതപ്പിനാൽ ഞാൻ മൂടപ്പെട്ടിരുന്നു.

അഭയം തേടുവാനാരുണ്ട്?. ഉമ്മയെ വിളിച്ചുറക്കെ ഞാൻ കരഞ്ഞു. ആരുണ്ട് എന്ന ചോദ്യത്തിനുത്തരം ലഭിച്ചു കഴിഞ്ഞിരുന്നു. ആരുമില്ല. സ്വന്തം നിഴലുകളേയും നെടുവീർപ്പുകളേയും ഞാൻ ഭയന്നു. എന്റെ നെടുവീർപ്പുകൾക്ക് മോഹഭംഗത്തിന്റെ ചുവയുണ്ടായിരുന്നു. ചിരികൾക്ക് വേദനയുടെ മറയുണ്ടായിരുന്നു,  ഒന്നുറക്കെ കരയുവാനും പൊട്ടിച്ചിരിക്കുവാനും മനംവിട്ടൊന്നുറങ്ങുവാനും കഴിയുവാനാകാതെ ഞാൻ വീണ്ടും ഭയത്തിലേക്ക് കുപ്പുകുത്തുന്നതായി എനിക്കു തോന്നിയിരുന്നു. അതൊരിക്കലും തോന്നലുകളായിരുന്നില്ല സത്യമായിരുന്നു.

പൈശാചികമായ ഭയത്തെ തുരത്തിയോടിക്കുവാൻ ഞാൻ വീണ്ടും അല്ലാഹുവിൽ അഭയം തേടി. ഞാൻ മടക്കി വച്ച മുസല്ലയെടുത്തിവിരിച്ചു നിസ്കാരകുപ്പായമണിഞ്ഞു തസ്ബീഹ്മാല കയ്യിലെടുത്തു കണ്ണ

കളടച്ചു.

ലാഹിലാഹ ഇല്ലള്ളാഹു

ലാഹിലാഹ ഇല്ലള്ള

തസ്ബീഹ് മാലയിൽ എണ്ണം പിടിച്ചു ഞാൻ ദികർ ചൊല്ലുവാനാരംഭിച്ചു. ഒന്ന്, രണ്ട്, മൂന്ന് ഇല്ല ആകുന്നില്ല അതു ചൊല്ലിമുഴുവനാക്കുവാൻ എനിക്കാകുന്നില്ലായിരുന്നു. മനശാന്തി ലഭിക്കുന്നതിനായുള്ള ആ ശ്രമവും വിഫലമായിരുന്നു. ഞാൻ അവിടെ നിന്നുമെണീറ്റു. എനിക്കെന്താണ് സംഭവിക്കുന്നത്? അപകടം കണ്ണിൽപ്പെട്ടാലും അപായസൂചന നല്കുവാൻ കാഞ്ചിവലിച്ചാലും ഒരു നിശ്ചിത സമയം കഴിഞ്ഞേ തീവണ്ടി പൂർണ്ണമായും നിശ്ചലമാവുകയുള്ളു. അപ്പോഴേക്കും അപകടം നടന്നുകഴിഞ്ഞിരിക്കും. എന്റെ മനസ്സും ഒരു തീവണ്ടി കണക്കേ ചീറിപ്പായുകയായിരുന്നു. അപായ സൂചന നല്കിയാലും ചിന്തയെന്ന അപകടം പിൻതിരിയാതെ പിന്നേയും പിന്നേയും അപകടത്തിലേയ്ക്ക് ചലിച്ചുകൊണ്ടിരിക്കുന്നു.

ചിന്തകൾക്കു കടിഞ്ഞാണിടുവാൻ ഞാൻ മക്കൾക്കൊപ്പം അധിക സമയം ചിലവഴിക്കാൻ ശ്രമിച്ചു. അവരും അവരുടേതായ തിരക്കിൽപ്പെട്ടിരുന്നു. ഞാൻ അവരോട് കൂടുതൽ ചിരിക്കുകയും സംസാരിക്കുകയും ചെയ്തുകൊണ്ടിരുന്നു. എന്റെ സംസാരം കേട്ടു അവർ പരസ്പരം ചിരിക്കുന്നതായി എനിക്കു തോന്നി. എന്റെ സംസാരത്തിന് അപാകതയുണ്ടായെന്നെനിക്ക് തോന്നിതുടങ്ങി. ഓഫീസ്, വീട് അതുമാത്രമായി എന്റെ യാത്രയൊതുങ്ങി. മുസ്തഫ പൈസയുമായി മുങ്ങിയ വിവരം ഓഫീസിലുള്ളവർക്കറിയാമായിരുന്നു. ആരും എന്നോട് അതേക്കുറിച്ച് ചോദിക്കാൻ ധൈര്യപ്പെട്ടിരുന്നില്ല. സാമ്പത്തിക നഷ്ടത്തിന്റെ പരാധീനതയാകും എന്റെ ജീവതശൈലി മാറിമറിഞ്ഞതെന്ന് മറ്റുള്ളവർ കരുതി. പക്ഷേ അദ്ദേഹം മക്കൾക്കു കരുതിവച്ചതിന്റെ കാൽ ഭാഗം പോലും എനിക്കു നഷ്ടപ്പെട്ടിട്ടില്ലായിരുന്നു. പോയ സമ്പാദ്യമെല്ലാം മനസ്സറിഞ്ഞു ഞാൻ നൽകിയ സക്കാത്തു പോലെയെന്നു മാത്രമേ കണക്കു കൂട്ടിയിരുന്നുള്ളു. എന്റെ വേദന എന്തായിരുന്നവെന്ന് മറ്റുള്ളവരെ അറിയിക്കുവാൻ എനിക്കാവുകയില്ലായിരുന്നു.

മറിയം താത്ത എനിക്കരികലെത്തി ഒരു സൈക്യാട്രിസ്റ്റിനെ കാണുവാനുപദേശിച്ചു. അവർക്കറിയാമായിരുന്നു എന്റെ മനസ്സിന്റെ താളമാണ് പിഴച്ചുകൊണ്ടിരിക്കുന്നതെന്ന്. പക്ഷേ എന്റെ മനസ്സു തുറക്കാൻ ഞാൻ ഭയപ്പെട്ടിരുന്നു. മറിയം താത്ത ഒരു യാത്ര പറച്ചിലിനുകൂടിയായിരുന്നു എനിക്കരികിലെത്തിയത്. വിദേശത്തുള്ള മകളുടെ കുടുംബത്തിലേയ്ക്ക്

കുറച്ചു മാസങ്ങൾ യാത്രപോവുകയായിരുന്നു അവർ.

എന്റെ മനസ്സറിഞ്ഞ അവർ എന്നെ ആലിംഗനത്തിലമർത്തി. ബിസിനസ്സെല്ലാം അവിടെയിരുന്നു അവർ നിയന്ത്രിക്കും. മികച്ചൊരു ബിസിനസ്സ് വുമണായിരുന്നു മറിയം താത്ത.

രേണുക ചേച്ചിയും ഭർത്താവും മറിയം താത്തയുടെ തന്നെ മറ്റൊരു എമിറേറ്റ്സിലുള്ള കമ്പനിയിലേയ്ക്കു മാറ്റപ്പെട്ടിരുന്നു. രേണുക ചേച്ചിയുടെ ഭർത്താവിന്റെ ജോലി നഷ്ടപ്പെട്ടപ്പോൾ മറിയം താത്തയായിരുന്നു നല്ലൊരു പോസ്റ്റിൽ മറ്റൊരു കമ്പനിയിലേയ്ക്ക് ജോലി നല്കിയത്. അവിടേയ്ക്കു രേണുക ചേച്ചിയെ മാറ്റുകയും ചെയ്തു. ഇടയ്ക്കുള്ള ഫോൺ വിളികൾ തുടരുന്നുണ്ടായിരുന്നു.

മോചനം കൊതിക്കുന്നൊരു മനസ്സ് ഇടയ്ക്ക് ഉയിർത്തെഴുന്നേല്ക്കുവാൻ ശ്രമം തുടരുന്നുണ്ടായിരുന്നു. ആ ശ്രമത്തിനു തടയിട്ടുകൊണ്ട് ഭയം ശക്തിയായി മുന്നോട്ടു കുതിച്ചു പായുന്നുണ്ടായിരുന്നു. പിടിച്ചു നിൽക്കാനുള്ള ദ്വന്ദ്വയുദ്ധത്തിനു നടുവിലായിരുന്നു ഞാൻ. അവസാന വർഷം ഡിഗ്രി പൂർത്തിയാക്കിയ അസ്ക്കർ വിദേശത്തേയ്ക്കു പഠനത്തിനു പോകുവാൻ ആഗ്രഹം പ്രകടിപ്പിച്ചു. അതുകേട്ടുകൊണ്ടിരുന്ന രണ്ടാമത്തെ മകൻ ആസിഫും തനിക്കും പോകണമെന്നും പറഞ്ഞു. അസ്ക്കർ പോയാൽ തീർച്ചയായും ആസിഫു പോകുമെന്ന് എനിക്കറിയാമായിരുന്നു. അവർ തമ്മിലുള്ള ബന്ധം  അത്ര ദൃഢമായിരുന്നു. അവരുടെ ബാബയുടെ ആഗ്രഹം മക്കളെ സ്നേഹമുള്ളവരായും ബഹുമാനമുള്ളവരായും വളർത്തണമെന്നായിരുന്നു. ആ കടമ ഞാൻ നിർവ്വഹിച്ചിരുന്നു. മാനസികമായ സംഘർഷങ്ങൾ ഏറ്റുവാങ്ങിക്കൊണ്ട് പാതി ജീവൻ അസ്തമിച്ചതുപോലെ ഞാൻ ജീവിതം മുൻപോട്ടു തള്ളി നീക്കുമ്പോഴും എന്റെ പിഴവുകൾ അവരുടെ ജീവിതത്തിനെ ഉന്മൂലനമാകാതിരിക്കാൻ ഞാൻ ശ്രമിച്ചു. ബിസിനസ്സിൽ ഞാൻ ശ്രദ്ധയൂന്നിയിരുന്നു. ഒന്നും വിട്ടുപോകാതിരിക്കാൻ ഞാൻ പ്രയത്നം നടത്തിക്കൊണ്ടിരുന്നു.

അവരുടെ ആഗ്രഹത്തിനൊത്ത് ഞാൻ ഓരോ കാര്യങ്ങളും ചെയ്തുകൊടുത്തിരുന്നു.  അസ്ക്കറിന്റെ ആഗ്രഹംപോലെ അവനെ യു.കെ.യിലേയ്ക്ക് പറഞ്ഞയ്ക്കുവാനുള്ള തയ്യാറെടുപ്പുകൾ തുടങ്ങി. രാത്രിയിലെ ഉറക്കമില്ലായ്മയിൽ സ്വയം ചിതകൂട്ടുന്ന ചിന്തകളുമായി കിടക്കുമ്പോൾ, മക്കൾ രണ്ടുപേരും അടുത്തുണ്ടെന്ന ആശ്വാസം, ഞെട്ടിത്തെറിച്ച് ചിന്തയിൽ നിന്നുണർന്നു കഴിയുമ്പോൾ എനിക്കു ലഭിക്കാറുണ്ടായിരുന്നു. അകാരണമായ ഭയവും മറവിയും എന്നെ വീണ്ടും പിടിമുറുക്കി. പറയാനുദ്ദേശിക്കുന്ന കാര്യങ്ങൾ പൂർത്തിയാക്കിയില്ലേ? എന്താണു ഞാൻ പറ

ഞ്ഞവസാനിപ്പിച്ചത്. ഒന്നും സ്വയം വ്യക്തമാകാതെ ഞാൻ വലഞ്ഞു. മറ്റുള്ളവരിൽ നിന്നും അകലം പാലിക്കുവാൻ ഞാൻ നിർബന്ധിതയായി. അസ്ക്കർ പോകുന്ന ദിവസം അടുക്കും തോറും എന്നിലെപ്പോഴും മരണത്തിന്റെ തണുപ്പുഗന്ധം വന്നു മൂടുന്നതായി എനിക്കുതോന്നി. രാത്രിയിൽ എഴുന്നേറ്റു ഞാൻ അസ്ക്കറിന്റെ മുറിയിലെത്തും, ഉറങ്ങിക്കിടക്കുന്ന അവന്റെ കൈകളിൽ മുറുകെ പിടിക്കും. എന്റെ ആശ്രയവും, അഭയവും അറ്റു പോകാതിരിക്കുവാൻ ലാഹിലാഹ ഇല്ലള്ളാഹു ലാഹിലാഹ ഇല്ലള്ള ഞാൻ ദിക്ർ ചൊല്ലും. ഒന്നിൽ കൂടുതൽ തവണ. പ്രാർത്ഥനയിലും ശ്രദ്ധ കേന്ദ്രീകരിക്കാൻ എനിക്കു കഴിഞ്ഞിരുന്നില്ല. അതും കഴിയാതെ വരുമ്പോൾ അവന്റെ കൈകൾക്ക് എന്റെ കൈകളിൽ നിന്നും വിടുതൽ  കൊടുത്ത് തിരിച്ചു നടക്കും.

യാത്രയുടെ എല്ലാ ഒരുക്കങ്ങളും പൂർത്തിയായി അസ്ക്കർ എന്നെ ചേർത്തു പിടിച്ചു യാത്ര പറഞ്ഞു. മാമ, എന്നെ കാണണമെന്നാഗ്രഹിച്ചു എപ്പോൾ വിളിച്ചാലും ഞാൻ ഓടിയെത്തും. ഗദ്ഗദത്തിന്റെ തടസ്സം തൊണ്ടയിൽ സൃഷ്ടിച്ചു. എനിക്കൊന്നും പറയുവാൻ കഴിഞ്ഞിരുന്നില്ല. ഞാനും ആസിഫും കൂടി അസ്ക്കറെ എയർപോട്ടിൽ കൊണ്ടു ചെന്നാക്കി. എന്നേയും ആസിഫിനേയും അവൻ ആലിംഗനത്തിലമർത്തി. അവൻ എയർപോർട്ടിനകത്തേക്കു കയറി. ഞാൻ ആദ്യമായി ഉമ്മയോടു യാത്ര പറഞ്ഞു പിരിഞ്ഞതോർമ്മയിൽ വന്നു. എന്റെ ശരീരം മുഴുവൻ തളരുന്നതുപോലെ വീണ്ടുമനുഭവപ്പെട്ടു. ആ സമയത്ത് നിലത്തുവീണുപോകുമെന്നു കരുതി ഞാൻ ആസിഫിന്റെ കൈകളിൽ മുറുകെ പിടിച്ചു. തിരിച്ചു ഡ്രൈവ് ചെയ്യുന്ന ആസിഫിനരികെ ഞാനിരുന്നു. ഞങ്ങൾക്ക് സംസാരിക്കാൻ വിഷയമില്ലായിരുന്നു. വീട്ടിലെത്തിയ നിമിഷം മുതൽ ഓരോ ദിവസവും ആസിഫ് അടുത്തവർഷം അസ്ക്കറിനരികത്തേക്കുള്ള യാത്രയ്ക്കായി കാത്തിരിപ്പായിരുന്നു. എന്റെ അസ്വസ്ഥമായ ദിനരാത്രങ്ങൾ ഓഫീസും വീടുമായി ഞാനും തള്ളി നീക്കികൊണ്ടിരുന്നു.

ഹസീനയേയും, അമ്മായിയേയും ഇടയ്ക്കു വിളിക്കും. വാർദ്ധക്യത്തിലേക്കടുക്കുന്ന അമ്മായിയ്ക്ക് ഹസീനയുണ്ട്. അവൾക്കാരുണ്ട്. അവളാണ് ശരിക്കും യത്തീമായിപ്പോയത്. ഞാൻ പോലും അവൾക്കന്യയായിക്കൊണ്ടിരിക്കുന്നു. ഹസീനയും അമ്മായിയുമായിരിക്കും അല്ലാഹുവിന് ഏറ്റവും പ്രിയപ്പെട്ടവർ. ഹുതാ, ഹുതാമുഹമ്മദ് തികച്ചും വ്യത്യസ്തയായി കഴിഞ്ഞിരിക്കുന്നു.

അന്നത്തെ അവധി ദിവസം ഉച്ചയ്ക്ക് ഭക്ഷണം കഴിക്കുന്ന സമയത്തായിരുന്നു ഹാളിംഗ് ബൽ മുഴങ്ങിയത്. ആസിഫ് വീട്ടിലുണ്ടായിരു

ന്നില്ല. ഞാനും തസ്ലീമയും മാത്രമായിരുന്നു അവിടെയുണ്ടായിരുന്നത്. ബെൽ മുഴുങ്ങിയ ഉടനെ തസ്ലീമ എഴുന്നേറ്റു പോയി നോക്കി തിരിച്ചുവന്നു. ഒരു ലേഡി വന്നിരിക്കുന്നുവെന്ന് അവൾ പറഞ്ഞു. ഞാൻ എഴുന്നേറ്റു പോയി നോക്കിയപ്പോൾ ശ്രീകലയായിരുന്നു. അവളെന്റെ സംശയത്തിന്റെ നിഴലിലായിരുന്നു. തന്റെ സ്ഥാപനത്തിൻ നിന്നും ആരേയും പറഞ്ഞയക്കരുതെന്ന് കുട്ടികളുടെ ബാബയ്ക്ക് ആഗ്രഹമായിരുന്നു. അതുകൊണ്ടുമാത്രമായിരുന്നു അവളെ അവിടെ നിർത്തിയിരുന്നത്. അവളുടെ മേൽ എന്റെ നോട്ടം പതിഞ്ഞിരിക്കുന്നത് അവൾക്കറിയാമായിരുന്നു. മുസ്തഫയുടെ ഏജന്റായിരുന്നു അവൾ. അതിൽ അവൾക്കും പണം ലഭിച്ചിരുന്നതായി പിന്നീടു ഞാൻ മനസ്സിലാക്കിയിരുന്നു. ചിരിച്ച മുഖത്തോടെ നില്ക്കുന്ന അവളെ കണ്ടപ്പോൾ എനിക്കു കലി ബാധിച്ചതുപോലെയായിരുന്നു. ഞാൻ വാതിൽ തുറന്നു. അവൾക്കരികിലെത്തി.

'എന്തിനാണു വന്നത് ?'

എന്റെ കർക്കശമായ ശബ്ദമുയർത്തികൊണ്ടുള്ള ചോദ്യം കേട്ടു അവളൊന്നു പകച്ചു. ഒരു നിമിഷനേരത്തിനു ശേഷം സ്വതസിദ്ധമായ ചിരിയോടെ അവൾ പറഞ്ഞു.

'മേഡം എന്തിനാണ് ഇങ്ങനെ രോഷത്തിൽ സംസാരിക്കുന്നത്. ഇതു വഴി പോയപ്പോൾ സുഖവിവരം അറിയുവാനായി കയറിയതാണ്.'

ഞാൻ അവൾ പറയുന്നതു കേട്ടു നിന്നു. 'മേഡത്തിന്റെ പ്രശ്നത്തിനൊരു പരിഹാരമായിട്ടാണ് ഞാൻ വന്നത്?'

' എന്തു പ്രശ്നം? എനിക്കെന്താണ് പ്രശ്നം?' വീണ്ടും ഞാൻ ശബ്ദമുയർത്തി.

അതു വകവയ്ക്കാതെ അവൾ വീണ്ടും പറഞ്ഞു. എനിക്കു പരിചയമുള്ളൊരു ജ്യോത്സ്യനുണ്ട്. അയാളെ ഒന്നു നമുക്ക് പോയി കാണാം. നാട്ടിൽ നിന്നും ഇവിടെയെത്തിയിട്ടുണ്ട്. ഞാൻ പറഞ്ഞാൽ അയാളിവിടെ വരും. ബാക്കി പറയുവാൻ ഞാൻ അവളെ അനുവദിച്ചില്ല. നിനക്കെത്ര കമ്മീഷനുണ്ട് ? മുസ്തഫയുടെയും ജ്യോത്സ്യന്റേയും അതുപോലെ എത്ര പേരുടെ ഏജന്റാണു നീ? എന്റെ പിഴവാണ് എല്ലാവരേയും വിശ്വസിക്കുന്നത്, അതാണ് എന്റെ പ്രശ്നം. ആരെ എവിടെയൊക്കെ നിർത്തണമെന്നത് ഇനിയും പഠിക്കുവാനേറെയുണ്ട്. ഇപ്പോൾ ഇറങ്ങി പോകണം ഇവിടുന്ന്. ഞാൻ ആക്രോശിക്കുകയായിരുന്നു. അസാധാരണമായവിധം എന്റെ ശബ്ദം ഉയർന്നു കേട്ട് തസ്ലീമ അവിടേയ്ക്കു വന്നു. ഞാൻ വാതിൽ വലിച്ചടച്ചു. തസ്ലീമ ദയനീയമായ ഒരു നോട്ടം എന്നിലേയ്ക്കയച്ചു. ഞാനവൾക്കു നേരെ നോക്കി പുലമ്പി. "വിശ്വസിക്കരുത്,

ആരേയും വിശ്വസിക്കരുത്."

'അതെ ആരേയും വിശ്വസിക്കരുത്.'തസ്ലീമ എന്നെ നോക്കി പറഞ്ഞു. ആ കണ്ണുകളിൽ നിന്നും അഗ്നി സ്ഫുരിക്കുന്നതായി എനിക്കു തോന്നിയിരുന്നു. സ്വന്തം ജന്മത്തെ പോലും വിശ്വസിക്കരുത് രതിമൂർച്ഛാരാഹിത്യത്തിനും, പാതിവ്രത്യത്തിനും വേണ്ടി പച്ചമാംസം മുറിക്കുന്നവരേയും വിശ്വസിക്കരുത്. അതു പറയുമ്പോൾ അവൾ വേദനയാൽ പുളയുന്നതായി എനിക്കു തോന്നി. മൂത്രവും, ആർത്തവരക്തവും മാത്രം പുറത്തു പോകുന്നതിനുവേണ്ടിയൊരു സുഷിരം, ലൈംഗികാസക്തിയിൽ വരുന്ന ഭർത്താവിനുമാത്രം സുഖമനുഭവിക്കുവാനും പ്രത്യുത്പാദനത്തിനു വേണ്ടിയും തുറക്കപ്പെടുവാനൊരു യോനി. സ്വന്തം ശരീരസുഖവും മനസ്സുഖവും നഷ്ടപ്പെട്ടവർ. എനിക്കു മരവിപ്പാണ് ശരീരത്തിനും മനസ്സിനും പ്രായപൂർത്തിയാകുന്നതിനും മുൻപേറ്റ വേദനയിൽ ഇറങ്ങിയോടിയതാണ്. അലഞ്ഞു തിരിഞ്ഞു പലരാലും ദുരുപയോഗം ചെയ്യപ്പെട്ടു വേദനയിൽ വീണ്ടും പുളയുന്നു. അവസാനം ഈ മണ്ണിലെത്തി ചേർന്നു. സ്വന്തമായി അദ്ധ്വാനിക്കുന്നു. രാത്രിയിൽ കൂടണയാൻ ഒരു ബെഡ് സ്പേസ് മതിയല്ലോ. ധാരാളം. ഞാൻ വിവാഹിതയല്ല. പ്രസവവേദന അനുഭവിക്കാൻ തയ്യാറുമല്ല. അതിനൊരു കാരണമേയുള്ളു. വേദനയനുഭവിച്ച് ഞാൻ ജന്മം നൽകുന്നത് ഒരു പെൺകുഞ്ഞാണെങ്കിൽ അവളും വേദനയനുഭവിക്കേണ്ടിവരും. ചത്തതുപോലെ ജീവിക്കേണ്ടി വരും. ഞാൻ ജന്മം നല്കുന്നവരെ വേദനയിലേയ്ക്ക് തള്ളിയൊടുക്കുവാൻ ഞാൻ തയ്യാറല്ല. തസ്ലീമയെന്ന സോമാലിയക്കാരി ചിരിച്ചു. കരഞ്ഞുകൊണ്ട് ചിരിച്ചു.

അതു ഭ്രാന്തമായ ചിരിയായി എനിക്കു തോന്നി. അടക്കി നിർത്തിയ രോഷമാണോ, വേദനയാണോ അവളിൽ നിന്നും പുറത്തു ചാടിയത്. പ്രജ്ഞയറ്റു ഞാൻ അവളെ നോക്കി നിന്നു. തസ്ലീമയെക്കുറിച്ച് എനിക്ക് കൂടുതലായി ഒന്നുമറിയില്ലായിരുന്നു. ഞാൻ ആ വീട്ടിലേയ്ക്ക് ആദ്യമായി ചെല്ലുമ്പോഴും ജോലിയ്ക്കു വന്നിരുന്നത് തസ്ലീമയായിരുന്നു. ജോലി ചെയ്യും പോകും. അധിക സംസാരമൊന്നുമില്ലായിരുന്നു. കുട്ടികളുടെ ബാബ മരിച്ചതിനു ശേഷം മാത്രമായിരുന്നു ഞാൻ കുറച്ചെങ്കിലും അവളോട് സംസാരിച്ചു തുടങ്ങിയത്. ഒരുമിച്ചു ഭക്ഷണം കഴിക്കുവാൻ ക്ഷണിച്ചിരുന്നത്. അതിരുകവിഞ്ഞൊരു ബന്ധത്തിന് അവൾ ഒരിക്കലും നിൽക്കാറില്ലായിരുന്നു. അധികം സംസാരമില്ല, ചിരിയില്ല. എപ്പോഴും ഗൗരവപൂർണ്ണമായ മുഖഭാവം. എനിക്കും അവളോട് അടുക്കുവാൻ താല്പര്യമില്ലായിരുന്നു. ഞാൻ അവളുടെ മുഖത്തേയ്ക്കു നോക്കി, സ്വയം

മറന്നെന്ന പോലെ നില്ക്കുന്ന അവളുടെ കൈകളിൽ ഞാൻ സ്പർശിച്ചു. ഭാവഭേദങ്ങളില്ലാതെ വീണ്ടുമവൾ എന്നെ നോക്കി. കഴിച്ചു മുഴുവിപ്പിക്കാത്ത ഭക്ഷണ പാത്രങ്ങൾ ഡൈനിംഗ് ടേബിൾ നിന്നുമെടുത്ത് കിച്ചണിലേയ്ക്കു നടന്നു. ജോലികളെല്ലാം മുഴുവനാക്കി പതിവുപോലെ എന്നോട് യാത്രയും പറഞ്ഞവൾ പോയി. ഗെയ്റ്റു കടന്നു പോകുന്ന അവളെ ഞാൻ നോക്കി നില്ക്കുമ്പോൾ ഒരു തീപ്പന്തം നടന്നു പോകുന്നതുപോലെയെനിക്കു തോന്നി. അവളുടെ ചിരിയുടെ അലയൊലികൾ ഒരു മുഴക്കമായ് എന്റെ മനസ്സിൽ കിടന്നു. ആസിഫ് അസ്ക്കറിനരികിലെത്താൻ ദിവസങ്ങൾ തള്ളി നീക്കുകയായിരുന്നു. അസ്ക്കർ ദിവസവും വിളിക്കുമായിരുന്നു. ഒരു വയസ്സിനുമാത്രമേ അവർ തമ്മിൽ വ്യത്യാസമുണ്ടായിരുന്നുള്ളു. സഹോദര ബന്ധത്തേക്കാൾ സുഹൃത്തുക്കളാണവർ.

നിമിഷങ്ങൾ, മണിക്കൂറുകൾ, ദിനരാത്രങ്ങൾ, ആഴ്ചകൾ, മാസങ്ങൾ ഓടിയകന്നുപോയി വർഷത്തിലെത്തിചേർന്നു. അസിഫിനും യു.കെ.യിലേയ്ക്കു പോകുവാനുള്ള തയ്യാറെടുപ്പുകൾ തുടങ്ങി. മക്കൾ രണ്ടുപേരും എന്നെ വിട്ടകന്നു പോകുന്നതുപോലെയെനിക്കു തോന്നി. അവർ രണ്ടുപേരും ബിസിനസ്സിലേയ്ക്കു കൂടുതൽ ഇറങ്ങുവാനും, യാത്രകൾ പോകുവാനും എന്നെ നിർബന്ധിച്ചിരുന്നു. ആസിഫ് പോകുന്നതിന്റെ തലേദിവസവും എനിക്കു പതിവിൽ കവിഞ്ഞ വല്ലായ്ക അനുഭവപ്പെട്ടു. ആ രാത്രി പൈശാചികമായ ചിന്തകൾ എന്നിൽ കുമിഞ്ഞുകൂടി.

മരണത്തിന്റെ തണുപ്പ് കുട്ടികളുടെ ബാബയുടെ മുറി തുറന്നു കഴിഞ്ഞാൽ പുറത്തേയ്ക്കുതള്ളുന്നു. വഞ്ചനയുടെ കൈകളിൽ മൂടപ്പെട്ടു പോയ തണുപ്പ്. ആ തണുപ്പുകളാൽ ഞാൻ മരവിച്ചുപോയിരുന്നു. അവസാനം ഒരു ഭ്രാന്തിയായ് ഞാൻ അലറി വിളിക്കുന്നതായി എനിക്കു തോന്നി.

ഞാൻ ആസിഫിന്റെ മുറിയിലെത്തി ഉറങ്ങാതെ കിടക്കുകയായിരുന്ന അവൻ എന്നെ കണ്ടു എഴുന്നേറ്റു. ഞാനവനെ ചേർത്തണച്ചു കരഞ്ഞു. എത്ര നേരം ഞാൻ കരഞ്ഞുവെന്നെനിക്കറിയില്ലായിരുന്നു.

എന്നെ വിട്ടുപോകുന്ന സ്നേഹങ്ങൾക്കെല്ലാം തണുപ്പായിരുന്നു. അതെന്നെ വല്ലാതെ വീർപ്പുമുട്ടിച്ചിരുന്നു. ഭയചകിതയായിരുന്ന എന്നെ ആസിഫ് സമാധാനിപ്പിച്ചു.

'മാമാ..'

മ് ഞാൻ വിളികേട്ടു

'ഞാൻ പോകാതിരിക്കണോ മാമാ...' എന്നെ സമാധാനിപ്പിക്കുവാൻ

വേണ്ടി മാത്രമുള്ള ചോദ്യമാണെതെന്നെനിക്കറിയാമായിരുന്നു. അവനെ ത്രമാത്രം അസ്ക്കറിനടുത്തെത്താൻ ആഗ്രഹിക്കുന്നുവെന്ന് ഞാൻ മനസ്സിലാക്കിയിരുന്നു. ഞാൻ വേണ്ടന്നർത്ഥത്തിൽ തലയാട്ടി. കണ്ണുകൾ തുടച്ച് മുറിയിൽ നിന്നും പുറത്തിറങ്ങി.

പിറ്റേന്നു ആസിഫും യു.കെ.യിലേക്കു യാത്ര തിരിച്ചു.

ഓഫീസും വീടും. ഓഫീസിൽ നിന്നും വീട്ടിലെത്തിയാൽ ശൂന്യമായിരുന്നു. ശൂന്യതയായിരുന്നു എനിക്കുചുറ്റും. ഒഴിവു ദിവസങ്ങളിൽ വീട് മുഴുവൻ നടക്കും ചിലപ്പോൾ മുറ്റത്തുലാത്തും, നാട്ടിലേക്കു വിളിക്കും.

രാത്രികളെ കൂടുതൽ ഞാൻ ഭയപ്പെടുന്നത് മൂലം സന്ധ്യ മയങ്ങി കഴിഞ്ഞാൽ വീട് മുഴുവൻ ഞാൻ ലൈറ്റ് തെളിയിക്കും. പിറ്റേന്ന് പകലുണർന്നാൽ മാത്രമേ വെളിച്ചമണയ്ക്കുകയുള്ളൂ.

അസ്ക്കറും ആസിഫും വിളിച്ചതിനു ശേഷം ഞാൻ മുറിയിലേക്ക് പോയി. ഉറക്കം നഷ്ടപ്പെട്ടുകിടക്കുന്ന എന്റെ മനസ്സും മസ്തിഷ്ക്കവും തമ്മിൽ വടംവലി തുടങ്ങി. ചുറ്റിലുമുള്ള പ്രകാശം മങ്ങി. അകാരണമായ ഒരു ഭയം എന്നെ പിടിച്ചുലച്ചു. ഒരു മേഘാഗ്നി എന്റെ ശരീരത്തിലൂടെ ചീറിപ്പായുന്ന അനുഭവം. ഞാൻ എന്റെ കണ്ണുകളടച്ചു. എവിടുന്നോ കേൾക്കുന്ന പൊട്ടിച്ചിരികൾ. അടുത്ത് വരുന്ന കാലൊച്ചകൾ. എനിക്ക് ചുറ്റിലും നിരന്നു നില്ക്കുന്ന മുഖങ്ങളെ ഞാൻ വ്യക്തമായി കാണുന്നുണ്ടായിരുന്നു. മുസ്തഫ, ശ്രീകല, എളേപ്പ, റഷീദിക്കയുടെ കുടുംബാംഗങ്ങൾ. പതിയിരിക്കുന്ന ഒരു കൂട്ടം നരഭോജികൾ നുണുഞ്ഞു നാവു നീട്ടിക്കൊണ്ട് തക്കം പാർത്തു നിൽക്കയാണ്. തരം കിട്ടിയാൽ ചാടി വീണു രക്തമൂറ്റിക്കുടിക്കുവാൻ. എല്ലും തോലും ബാക്കിവെച്ച് നിഷ്ക്കരുണം നടന്നു നീങ്ങുന്ന ആ നരഭോജികളെ തസ്ലീമ തിരിച്ചറിഞ്ഞു. ഹസീന തിരിച്ചറിഞ്ഞു. ഹുതയും തിരിച്ചറിഞ്ഞു. വളരെ വൈകിയെന്നു മാത്രം.

എനിക്കെന്തായിരുന്നു സംഭവിച്ചത്. കുറ്റബോധമായിരുന്നോ എന്നെ വേട്ടയാടിയിരുന്നത്. കുട്ടികളുടെ ബാബയുടെ മുഖം തെളിഞ്ഞുവന്നു. എനിക്ക് നേരെ വിരൽ ചൂണ്ടുന്നതായി തോന്നി. ഞാനലറിക്കരഞ്ഞു. എനിക്ക് മുൻപിൽ നിന്നും ബാബയുടെ മുഖം പെട്ടെന്ന് അപ്രത്യക്ഷമായി. അദ്ദേഹം പൊറുത്തു കൊടുക്കുന്നവനായിരുന്നു. കാരണം മക്കളെ ഞാൻ സുരക്ഷിതരാക്കിയിരുന്നു. ബിസിനസ്സ് ഞാൻ കൈവിടാതെ നടത്തിക്കൊണ്ടുപോയിരുന്നു. അദ്ദേഹം ഏൽപ്പിച്ച ചുമതലകൾക്കു പുറമേ മാനസിക വൈകല്ല്യമനുഭവിക്കുന്ന കുട്ടികൾക്ക് ശാരീരികവും മാനസികവുമായ പിന്തുണ നൽകുന്നതിനും അവരെ സ്വയം പര്യാപ്തരാ

ക്കുന്നതിനും വേണ്ടി ഞാൻ ഹോളി എന്നൊരുസ്ഥാപനം നടത്തിക്കൊണ്ടുപോകുന്നു. എന്റെ ജീവിതത്തിലെ നരഭോജിയുടെ മുഖം മുസ്തഫയായിരുന്നു. വിശ്വാസ വഞ്ചന -ലക്ഷ്യം പണം മാത്രം.

സ്വയം പറഞ്ഞു തീർത്തു. മനസ്സും മസ്തിഷ്ക്കവും തമ്മിലുള്ള വടംവലി അവസാനിച്ചു. ആര് ജയിക്കണം ആര് തോൽക്കണം. മനസ്സ് ജയിക്കണം. മനസ്സാണ് എന്റെ യജമാനൻ. വീണ്ടും വീണ്ടും ചിത്രങ്ങൾ റീലിൽ കൂടി എനിക്ക് മുമ്പിൽ ചലിക്കുവാൻ തുടങ്ങി. വിവാഹം, വൈധവ്യം, പ്രണയം. മുസ്തഫയുടെ മുഖം അതായിരുന്നു, എന്റെ പരാജയം, ആ മുഖം മനസ്സിൽ നിന്നും പൂർണ്ണമായി ഒഴിവാക്കപ്പെട്ടാൽ ഞാൻ ജയിക്കും. എന്റെ മനസ്സ് ജയിക്കും. ഭയത്താൽ പുതപ്പിനുള്ളിൽ മൂടിക്കിടന്ന ഞാൻ അതിൽ നിന്ന് ചാടി എഴുന്നേറ്റു. രാത്രിയും പകലും വ്യത്യാസമില്ലാതെ അണിഞ്ഞുനടന്നിരുന്ന പർദ്ദയും ഹിജാബും ഞാൻ ഊരി എറിഞ്ഞു. പൂർണ്ണ നഗ്നയായി കണ്ണാടിക്ക് മുമ്പിൽ ചെന്ന് നിന്നു. അലറിക്കരഞ്ഞു. ആർത്തു ചിരിച്ചു. ഞാൻ ഉറക്കെ ഉറക്കെ പറഞ്ഞു യൗവ്വനത്തിൽ എത്തും മുൻപേ വൈധവ്യം പേറിയ ഞാൻ പ്രലോഭനത്താൽ ഒരാളെ പ്രണയിച്ചു. എന്റെ സമ്പത്തും ശരീരവും മനസ്സും പൂർണ്ണതയോടെ അയാൾക്ക് നൽകി. വിശ്വസിച്ച എന്നെ മറിച്ചുവെച്ച് കാരണങ്ങൾ ഒന്നും പറയാതെ എന്നിൽ നിന്നും അകന്ന് മറ്റൊരു സ്ത്രീയെ വിവാഹം ചെയ്തു. സ്വയം ഒരു വേശ്യയെ പോലെ എനിക്ക് തോന്നി. കുറ്റബോധത്തിന്റെ തീയിൽ ഞാൻ ഉരുകി ഒലിച്ചു. മനസ്സിൽ നിന്ന് പൂർണ്ണമായും മാറ്റപ്പേടേണ്ട ആ മുഖത്തെ ഞാൻ മരണക്കിണറ്റിലേക്ക് ആഞ്ഞു തള്ളി. ആ ജഡത്തിനോട് ഇനിയെന്ത് പ്രതികാരം.

എന്നിലെ മരിക്കാത്ത സ്വപ്നങ്ങളേ നന്ദി . ഞാൻ കണ്ണുനീരാൽ അലിയിച്ചുകളഞ്ഞ എൻെറ ദുഃഖങ്ങളെ നന്ദി. ഹൃത്തിൽ ഞാൻ സ്ഫുടം ചെയ്ത എൻെറ വിരഹമേ നന്ദി. ഞാൻ അനുഭൂതി ചെയ്താസ്വദിക്കുന്ന പ്രിയാനുരാഗമേ നന്ദി. ഇതൊന്നുമില്ലായിരുന്നെങ്കിൽ എന്നിലെ ഞാൻ ഉയിർത്തെഴുന്നേൽക്കാതെ എന്നേ മരണപ്പെട്ടുപ്പോയേനെ. അവസാനം തളർന്നു വീണു. ഏറെ വർഷങ്ങൾക്ക് ശേഷം സംഘർഷഭരിതമായ മനസ്സിനെ തോൽപ്പിച്ച് കൊണ്ട് ഞാൻ ഗാഢനിദ്രയിലമർന്നു. മനസ്സിന്റേതായിരുന്നു പിന്നീടുള്ള ആ തീരുമാനം. ഞാൻ മുസല്ലയെടുത്ത് മടക്കി. തസ്ബീഹ് മാല കയ്യിലെടുത്തു നിസ്സ്ക്കാരകുപ്പായം മടക്കി ശുദ്ധമായ ഇടത്തേക്ക് അത് മാറ്റിവെച്ചു. കാരണം മക്കയും മദീനയുംപോലെ ശുദ്ധമാണല്ലോ അതെല്ലാം.

എല്ലാം മറക്കണം, വിശ്വാസം മറക്കണം. വിശ്വാസ വഞ്ചന മറക്കണം.

ആരെയും വിശ്വസിക്കാതിരിക്കാൻ ശ്രമിക്കണം. മനോഹരമായി ചിരിക്കാൻ ശ്രമിക്കണം. ജീവിപ്പിക്കുന്നതിനോടൊപ്പം സ്വയം ജീവിക്കാൻ പഠിക്കണം. പിന്നെ സ്വന്തം നിലനില്പിന് വേണ്ടി അത്യാവശ്യം സ്വാർത്ഥരാവണം. അങ്ങനെയുള്ളവരല്ലെ ശരിക്കും ജീവിക്കുന്നത്, അതല്ലെ ശരി?

ആ ചോദ്യത്തിനൊപ്പം ഫ്ളൈറ്റ് ലാന്റ് ചെയ്യുന്നതിനുള്ള അനൗൺസ്മെന്റ് കേട്ടു. മാനസസഞ്ചാരത്തിൽ നിന്നും ഞാൻ തിരിച്ചെത്തി. കണ്ണുകൾ തുറന്നു. ഹുതാമുഹമ്മദിനെ നോക്കി. അവർ എന്നെ ശ്രദ്ധിക്കുന്നില്ലായിരുന്നു. ഇത്രയും നേരം സംസാരിച്ചിട്ടും ഇവർ പരിചയഭാവം നടിക്കാത്തതെന്ത്? ലാന്റ് ചെയ്ത ഫ്ളൈറ്റിൽ നിന്നും ഇറങ്ങുവാനായി ആളുകൾ തിടുക്കം കൂട്ടി. ഞാനും എന്റെ ബാഗ് എടുത്തു. ഹുതയുടെ കയ്യിൽ ഒരു ബാഗ് മാത്രമേ ഉണ്ടായിരുന്നുള്ളൂ. ഞാൻ അവരുടെ കണ്ണുകളിലേക്ക് നോക്കി. അവർ എന്നെ കണ്ടതോ, സംസാരിച്ചതോ ആയ ഭാവങ്ങളൊന്നും പ്രകടിപ്പിക്കുന്നില്ലായിരുന്നു. മനസ്സിൽ തിങ്ങിയ സംശയത്തോടെ ഞാൻ ഫ്ളൈറ്റിൽ നിന്നും ഇറങ്ങി. പാസ്പോർട്ട് ക്ലിയറൻസ് കഴിഞ്ഞ് പുറത്തേക്ക് കടക്കും വരെയും ഹുത എനിക്ക് മുൻപിൽ ഉണ്ടായിരുന്നു. ഹുതയുടെ യാത്രക്ക് അതിവേഗതപോലെ എനിക്ക് തോന്നി. ലഗേജ് എടുക്കുന്നതിനായി കൺവെയറിനരികെ നിൽക്കുമ്പോൾ ഞാൻ വീണ്ടും ഹുതയെ കണ്ടു. ഹുതാമുഹമ്മദിന് ഞാൻ അപരിചിതയായി മാറിയിരുന്നു. ഹുതാ ലഗേജുമായി എയർപ്പോട്ടിനകത്ത് നിന്ന് പുറത്തേക്ക് ഇറങ്ങി. എന്റെ ലഗേജ്മായി ഞാനും. പർദ്ദയും ഹിജാബും ധരിച്ച ഹുതാമുഹമ്മദിനെ ഞാൻ അവിടെ ആകെ തിരഞ്ഞു. കണ്ടെത്തുവാനായില്ല. എനിക്ക് കുറച്ച് മാറി ഒരു ലക്സസ് കാർ വന്ന് നിന്നു. കാറിന്റെ ഡോർ തുറന്ന് സുന്ദരനായ ഒരു ചെറുപ്പക്കാരൻ ഇറങ്ങിവന്നു. ട്രോളിയുമായി മോഡേൺ വേഷധാരിയായ സൺഗ്ലാസ്സ് ധരിച്ച അതീവസുന്ദരിയായ ഒരു സ്ത്രീ ആ കാറിനടുത്തേക്ക് നടന്ന് വന്നു. സ്ലീവ്ലസ്സ് ടീഷർട്ടും ട്രൗസറുമായിരുന്നു അവരുടെ വേഷം. ഹൈഹീൽ ചെരുപ്പ് ധരിച്ച അവർ ആ ചെരുപ്പക്കാരനരികിൽ എത്തി. അയാൾ അവരെ ആലിംഗനം ചെയ്തു. കാറിന്റെ ഡോർ തുറന്ന് കയറുന്നതിന് മുമ്പ് അവർ സൺഗ്ലാസ്സ് ഊരിമാറ്റി എന്നെ നോക്കി. ആ കണ്ണുകളിലേക്ക് ഞാനും. ഹുതാമുഹമ്മദ്, ഞാൻ വിളിച്ചു അവർ എന്നെ നോക്കി ചിരിച്ചു. ഒന്നുംപറയാതെ ആ കാറിനകത്തേക്ക് കയറി. ആശയക്കുഴപ്പത്തോടെ ആ കാർ കണ്ണിൽ നിന്ന് മറയുന്നത് വരേയും ഞാൻ നോക്കിനിന്നു. എനിക്ക് പരിസരബോധം നഷ്ടപ്പെടുന്നതുപോലെ തോന്നി. ആ നില്പിൽ എന്റെ മനസ്സ് മന്ത്രിച്ചു. ഖബറിൽ ആറടി മണ്ണിനടിയിൽ ഖിബ്‌ലക്ക് മുന്നിട്ട് കി

ത്തി ഖബർ മൂടിക്കഴിഞ്ഞാൽ അഴുകി, ചിതലുകൾക്കും പുഴുക്കൾക്കും ഭക്ഷണമാകുന്ന ശരീരമാണോ ഒരുവളെ വിശുദ്ധയാക്കുന്നത്. അതോ ഒരിക്കലും നശിക്കാത്ത ആത്മാവിന്റെ വിശുദ്ധിയാണോ ? ആത്മാവിന്റെ വിശുദ്ധിയാണെന്ന് എനിക്ക് ഉത്തരം ലഭിച്ചു. ആ നാലു മണിക്കൂർ യാത്രയിൽ അത്രയും എഴുതി മുഴിവിപ്പിക്കാനുള്ള മഷിയേ എന്റെ പേനയിൽ ഉണ്ടായിരുന്നുള്ളൂ. പിന്നേയും മഷി നിറച്ച് എഴുതുവാൻ എനിക്കു കഴിയുമായിരുന്നില്ല, കാരണം ഹുതാ മുഹമ്മദ് എനിക്ക് അപരിചിതയായി കഴിഞ്ഞിരുന്നു. ലഗേജ് നിറച്ച ട്രോളിയുമായി ഉച്ചവെയിലേറ്റ് ഞാൻ കാത്ത് നിന്നു. എന്റെ ലക്ഷ്യസ്ഥാനത്തിലേക്ക് എത്തിച്ചേരുവാനുള്ള വാഹനത്തിന്റെ ഹോണടിക്കായി.

ഹുതാമുഹമ്മദ് പ്രണയത്താൽ ആഹൂതി ചെയ്യപ്പെട്ടവളാകുന്നു. ആത്മാവിനാൽ വിശുദ്ധീകരിക്കപ്പെട്ടവളാകുന്നു. ഞാൻ അടിവരയിട്ടു അവസാനിപ്പിച്ചു.

●

www.ingramcontent.com/pod-product-compliance
Lightning Source LLC
LaVergne TN
LVHW060147051026
849517LV00007B/2579
* 9 7 8 9 3 9 3 3 9 7 6 8 3 *